சினிமா கொட்டகை
தமிழ்த்திரை சார்ந்த கட்டுரைகள்

சினிமா கொட்டகை
தமிழ்த்திரை சார்ந்த கட்டுரைகள்

சு. தியடோர் பாஸ்கரன் (பி. 1940)

தாராபுரத்தில் பிறந்த பாஸ்கரன் உல்லாஸ் கரந்தின் The Way of the Tiger நூலைக் 'கானுறை வேங்கை' (காலச்சுவடு 2006) என்ற தலைப்பில் மொழிபெயர்த்திருக்கிறார். ஜோப் தாமஸின் The Chola Bronzes நூலை 'சோழர் காலச் செப்புப் படிமங்கள்' (காலச்சுவடு 2021) என்றும் ராஜ் கௌதமனின் எட்டுத் தமிழ்க் கட்டுரைகளை The Dark Interiors (2022 சேஜ் & சமயா) என்ற தலைப்பிலும் மொழி பெயர்த்துள்ளார். வாழ்நாள் இலக்கியச் சேவைக்கான கனடா இலக்கியத் தோட்டத்தின் இயல் விருதை 2014ஆம் ஆண்டு பெற்றவர்.

சு. தியடோர் பாஸ்கரனின் பிற நூல்கள்

- மழைக்காலமும் குயிலோசையும் (தொகுப்பாசிரியர்) (2002)
- சித்திரம் பேசுதடி (தொகுப்பாசிரியர்) (2004)
- கானுறை வேங்கை (மொழியாக்கம்) (2006)
- இன்னும் பிறக்காத தலைமுறைக்காக (2006)
- தாமரை பூத்த தடாகம் (2008)
- மீதி வெள்ளித்திரையில்... (சினிமா கட்டுரைகள்) (2009)
- வானில் பறக்கும் புள்ளெலாம் (2011)
- பாம்பின் கண்: தமிழ் சினிமா ஓர் அறிமுகம் (2012)
- சொப்பன வாழ்வில் மகிழ்ந்தே (சினிமா கட்டுரைகள்) (2013)
- சோலை எனும் வாழிடம் (2014)
- இந்திய நாயினங்கள்: ஒரு வரலாற்றுப் பார்வை (ஆய்வு நூல்) (2017)
- *The Dance of the Sarus: Essays of a Wandering Naturalist (1999)*
- *The Sprint of the Blackbuck (Edited) (2010)*
- *The Book of Indian Dogs (2016)*
- *History through the Lens. Perspective on South Indian Cinema (2009)*

சு. தியடோர் பாஸ்கரன்

சினிமா கொட்டகை
தமிழ்த்திரை சார்ந்த கட்டுரைகள்

காலச்சுவடு பதிப்பகம்

● அன்பார்ந்த வாசகருக்கு,

வணக்கம்.

காலச்சுவடு நூலை வாங்கியமைக்கு நன்றி.

நூலின் உள்ளடக்கம், உருவாக்கம், அட்டைப்படம் இன்ன பிற அம்சங்கள் பற்றிய உங்கள் கருத்துகளையும் ஆலோசனைகளையும் காலச்சுவடு வரவேற்கிறது. தகவல், எழுத்து, வாக்கியப் பிழைகள் தென்பட்டால் கட்டாயம் தெரிவித்து உதவுங்கள். நூல் தயாரிப்பில் கடும் குறைபாடு இருப்பின் மாற்றுப் பிரதி உங்களுக்குக் கிடைக்கக் காலச்சுவடு ஏற்பாடு செய்யும்.

மின்னஞ்சல்: publisher@kalachuvadu.com

காலச்சுவடு நாகர்கோவில் அலுவலகத்திற்குக் கடிதம் அனுப்பலாம்.

தங்கள்

எஸ்.ஆர். சுந்தரம் (கண்ணன்)

பதிப்பாளர் – நிர்வாக இயக்குநர்

சினிமா கொட்டகை தமிழ்த்திரை சார்ந்த கட்டுரைகள் ❖ ஆசிரியர்: சு. தியடோர் பாஸ்கரன் ❖ © சு. தியடோர் பாஸ்கரன் ❖ முதல் பதிப்பு: டிசம்பர் 2018, மேம்படுத்தப்பட்ட இரண்டாம் (குறும்) பதிப்பு: அக்டோபர் 2021, மூன்றாம் பதிப்பு: டிசம்பர் 2023 ❖ வெளியீடு: காலச்சுவடு பப்ளிகேஷன்ஸ் (பி) லிட்., 669, கே.பி. சாலை, நாகர்கோவில் 629001

cinimaa koTTakai Tamil Cinima Articles ❖ Author: S. Theodore Baskaran ❖ © S. Theodore Baskaran ❖ Language: Tamil ❖ First Edition: December 2018, Revised Second (Short) Edition: October 2021, Third Edition: December 2023 ❖ Size: Demy 1 x 8 ❖ Paper: 18.6 kg maplitho ❖ Pages: 144

Published by Kalachuvadu Publications Pvt. Ltd., 669, K.P. Road, Nagercoil 629001, India ❖ Phone: 91-4652-278525 ❖ e-mail: publications@kalachuvadu.com ❖ Printed at Adyar Students xerox Pvt. Ltd., No. 275 Habibullah Road, Triplicane high Road, Opp Triplicane Post Office, Triplicane, Chennai 600005

ISBN: 978-93-86820-93-8

12/2023/S.No. 861, kcp 4955, 18.6 (3) 1k

தமிழ்நாட்டில் சினிமா ரசனைக்காக உழைக்கும்
இனிய நண்பர் **அருண் மோவிற்கு**

பொருளடக்கம்

1. தேவதாசிப் பாரம்பரியமும்
   ஆரம்பகாலத் தமிழ் சினிமாவும் — 11
2. அசையும் படத்தின் ஆரம்பங்கள் — 29
3. திரையரங்கும் சினிமாவும் — 35
4. நினைவேக்கம்: தமிழ்ச்சினிமாவின் ஒரு பரிமாணம் — 40
5. தமிழ்ச் சினிமா: ஒரு கதைச்சுருக்கம் — 47
6. தமிழ்த் திரையில் ஷேக்ஸ்பியர் — 61
7. சினிமா அழகியலும் ஆய்வும் — 65
8. ராஜா தேசிங்கும் பாரதியும்:
   தமிழ்த்திரையில் வரலாறு — 70
9. தமிழரும் அவர்தம் சினிமாவும் — 79
10. சினிமாவின் ஆதாரசுருதி காட்சிப் பிம்பம்தான்:
    நேர்காணல் — 87
11. தமிழ்த்திரையும் தணிக்கையும் — 126

    சொல்லடைவு — 135

    சொல்லடைவு: திரைப்படங்கள் — 139

1

தேவதாசிப் பாரம்பரியமும் ஆரம்பகாலத் தமிழ் சினிமாவும்

தென்னிந்தியாவின் முதல் திரைப்படமான **கீசகவதம்** (1916) தொடங்கி ஏறக்குறையப் பதினாறு ஆண்டுக் காலம் நீடித்த மௌனப்படக் காலத்தில் (1916 – 1931) சென்னையில் மட்டும் நூற்றியிருபதிற்கும் மேற்பட்ட முழுநீளப் படங்கள் தயாரிக்கப்பட்டன. இவை தவிர மைசூர், நாகர்கோவில், வேலூர் போன்ற இடங்களிலிருந்தும் சில படங்கள் வெளி வந்தன. ஆனால் எஞ்சியிருப்பது ஒரே ஒரு படம் தான். நிலைப்படங்கள்கூட இல்லை. அந்தச் சலனப்படங்களைப் பற்றி அச்சில் வந்த செய்திகள், விமர்சனம் போன்றவையும் அரிதாயிருக்கின்றன. சலனப்படத் தயாரிப்பில் பங்கெடுத்த சிலரையும் நடிகர்களில் சிலரையும் நான் 1970களில் சந்திக்க முடிந்தது. எனினும் இந்தப் பொருள் பற்றி நம்மிடம் இருக்கும் முக்கிய ஆவணம் *ICC Report* என்று வரலாற்றாசிரியர்களால் குறிப்பிடப்படும் **Report of the Indian Cinematograph Committee of 1927**இன் ஐந்து தொகுதி அறிக்கைதான். சென்னை வக்கீல் டி. ரங்காச்சாரியைத் (நடிகர் பாலாஜியின் தாத்தா) தலைவராகக் கொண்ட ஒரு குழு பல நகரங்களில் படத் தயாரிப்பில் சம்பந்தப்பட்டவர்களைச் சந்தித்து, அமர்வுகள் நடத்தி இந்த அறிக்கையை அரசு வெளியிட்டனர்.

1931இல் **காளிதாஸ்** படத்துடன் தொடங்கியது பேசும்படக் காலம். ஒலிப்பதிவு செய்யும்

தொழில்நுட்ப வசதி சென்னையில் இல்லாததால் முதல் ஐந்து வருடங்களுக்குத் தமிழ்ப்படங்கள் யாவும் கல்கத்தா, பம்பாய், கோலாப்பூர் போன்ற நகரங்களிலிருந்த ஸ்டுடியோக்களில் தயாரிக்கப்பட்டன. இங்கு 1934இல் ஒலிப்பதிவு ஸ்டுடியோ தோன்றிய பின், சென்னையில் தென்னிந்திய சினிமாவிற்கு அடித்தளம் உருவாக்கப்பட்டது. பின்னர் 1960கள் வரை கன்னட, மலையாள, தெலுங்கு சினிமாக்களுக்குச் சென்னைதான் முக்கிய மையமாக விளங்கியது.

கேள்விகள்

இந்தத் தருவாயில் நாம் எதிர்கொள்ள வேண்டிய கேள்விகள் உடல்மொழி, சமிக்கைகள், நிறைந்த சலனப்படத்தின் கதை நகர்த்தல் முறை எவ்வாறு திரைப்பேச்சு வந்த பின் மாற்றப்பட்டது? மரபுக் கலைகளிலிருந்து வேறுபட்ட, முற்றிலும் தொழில்நுட்பம் சார்ந்த, பேசும்படம் என்ற இந்தப் புதிய கலைவடிவத்தின் உள்ளடக்கமும் கூறுகளும் எங்கிருந்து பெறப்பட்டன? கதையை நிறுவுவதில் எத்தகைய மரபு பின்பற்றப்பட்டது? ஒலி கொண்டு வந்த சவால்கள் எவ்வாறு எதிர்கொள்ளப்பட்டன? காலக்கொடுமை, முதல் ஐந்தாண்டுகளில் உருவாக்கப்பட்ட ஒரு தமிழ்ப்படம் கூட எஞ்சவில்லை. அந்தக் காலத்திய பாட்டுப் புத்தகங்கள், சமகாலப் பத்திரிக்கைகளில் அரிதாக வந்துள்ள நேர்காணல்கள், சில கட்டுரைகள் இவற்றை வைத்தே நாம் இந்தக் கேள்விகளுக்குப் பதில் தேட வேண்டும்.

பேசும் படங்களை மேற்குலகு எதிர்கொண்டமைக்கும், இங்குத் தமிழ்ச் சினிமா எதிர்கொள்ளப்பட்டதற்கும் பல வேறுபாடுகள். பிரான்ஸ், ஜெர்மனி, பிரிட்டன் போன்ற பல நாடுகளில் நடந்தது போல, தமிழகத்தில் மௌனப்படத்திலிருந்து இயல்பாகப் பேசும்படம் வளரவில்லை. மாறாக, முற்றிலும் ஒரு புதிய திசையில் சினிமா பயணித்தது. முன்னமே தயாராக இருந்த ஒரு நிகழ்கலை வடிவை அது உள்வாங்கிக் கொண்டது. எழுத்தாளர்கள், பயிற்றுவிக்கப்பட்ட நடிகர்கள், பாடுவோர், இசை அமைப்பாளர் இவர்களுடன் ஒரு ஒலி அமைப்பும் (Sound design) தயார் நிலையில் கிடைத்தது. இவைதான் கம்பெனி நாடகங்கள்.

முப்பதுகளின் ஆரம்பத்தில் தென்னிந்தியாவின் வெகுமக்கள் நிகழ்கலையாக இருந்ததவை இந்த கம்பெனி நாடகங்களே. ஆரம்பகாலத் தமிழ்ப்படத் தயாரிப்பாளர்கள் இந்த ‘ரெடிமேட்’ கலை வடிமான நாடகங்களை அப்படியே நாடக ரூபத்திலேயே படமாக்கினர். பெரும்பாலும் பாட்டு, இசையால் நிரப்பப்பட்ட

இத்திரைப்படங்கள் படமாக்கப்பட்ட நாடகங்களாகவே இருந்தன, மேலைநாட்டு ஆப்பரா போல.

என் வாதம்

இந்தக் கட்டுரையில் நான் பேசப்போவது தமிழ்ச்சினிமாவை வேர் பிடிக்கச் செய்ததில், இசைவேளாளக் (தேவதாசி) கலைஞர் களின் பங்களிப்பைப்பற்றி. இவர்கள் தங்களது பாரம்பரியக் கலைவடிவங்களைத் திரைப்படங்களின் உள்ளடக்கமாக அளித்து, தமிழ்ச்சினிமாவின் பாணியையும் கூறுகளையும் – அதாவது பாட்டு, நடனம், இசை – நிர்ணயித்தனர். இந்தக் கலாச்சாரப் பின்புலத்தில்தான் நாம் தமிழ்ச்சினிமாவின் பிறப்பு, வளர்ச்சி யைப் பார்க்க வேண்டும்.

எம்.எஸ் சுப்புலெட்சுமி

இந்த உடன்நிகழ்வு தற்செயலாக நடந்தது. சில ஆண்டுகளுக்கு முன்னர்தான் தேவதாசி ஒழிப்புச்சட்டம் நிறைவேற்றப்பட்டு, இசை வேளாளக் கலைஞர்கள் – நாட்டியமாடுவோர், நட்டுவனார்கள், வாய்ப்பாட்டு காரர், பக்கவாத்தியக்காரர்கள் – கோவிலை விட்டு விட்டு, பிழைப்பதற்கு வேறு வழி தேட வேண்டிய நிர்ப்பந்தத்தில் இருந்தனர். இவர்களில் பலர் நாடகக் கம்பெனிகளில் சேர்ந்தனர். பின்னர், பேசும்படத் தயாரிப்பாளர்கள், இந்த நாடகக் கம்பெனிக் கலைஞர்களைக் குத்தகைக்கு எடுத்தது போல ஒரு குழுவாக மற்ற நகரங்களுக்குப் படமெடுக்கக் கூட்டிச் சென்றபோது இவர்களும் திரையுலகினுள் நுழைந்தனர். அது ஒரு மகத்தான பிரவேசமாக அமைந்தது.

அவர்களுடைய பங்களிப்பின் அடையாளங்கள் தமிழ்ச் சினிமாவில் இன்றும் நிலை கொண்டுள்ளன. தமிழ்ச் சினிமாவின் இன்றியமையாத கூறுகளாகப் பாட்டு, நடனம், இசை அமைந்தது அத்தகைய ஒரு அடையாளம். நட்டுவனார்களும், பாட்டு எழுதுபவர்களும் இசைக்கலைஞர்களும் தமிழ்ச்சினிமாவின்

இந்த அடையாளத்தை உறுதி செய்து, அதே பாதையில் வளரச் செய்தனர். சினிமா ஒரு வெகுமக்கள் பொழுது போக்குச் சாதனமாக வேகமாக உருவானது.

20ஆம் நூற்றாண்டின் துவக்கத்தில் மேடை நாடகங்கள்

பேசும்படம் தோன்றிய காலத்தில் மேடை நாடகங்கள் வெகுஜனப் பொழுது போக்காகப் பிரபலமாகியிருந்தன. வரலாற்றுப்புகழ் பெற்ற ஒற்றைவாடை தியேட்டர் 1872இல் தங்கசாலையில் இயங்கத் தொடங்கியது. வணிகரீதியில் உருவாக்கப்பட்ட நாடகக்குழுக்கள் தோன்றி, இருபது வருடங்களில் பல நகரங்களில் நிரந்தர நாடகக் கொட்டகைகள் கட்டப்பட்டிருந்தன. 247 நாடகக் கம்பெனிகள் இயங்கிக் கொண்டிருந்ததாக ஆய்வாளர் அரிமளம் பத்மனாபன் பதிவு செய்துள்ளார். இசை வேளாளார் பாரம்பரியத்திலிருந்த பலர் இந்தக் கம்பெனிகளில் சேர்ந்தனர். அனைத்து மகளிர்

அம்பிகாபதியில் (1937) எம்.ஆர். சந்தானலட்சுமி, டி.ஏ மதுரம்

நாடகக்குழுக்கள் கூடச் செயல்பட்டுக் கொண்டிருந்தன. தேவதாசி பாலாமணி நடத்திய இத்தகைய குழு மதுரையில் நாடகங்கள் நடத்தியது. கமலாம்பிகை சபா என்ற கம்பெனியை நடத்திய டி.கே. கமலவேணி இலங்கைக்குச் சென்று அங்கும் நாடகங்கள் நடத்திப் பின்னர் 1935இல் **கோபாலகிருஷ்ணா** என்ற தமிழ்ப்படத்தின் மூலம் சினிமாவிற்குள் வந்தார்.

சதிராட்டம், மேளக்காரர்கள், மதுரை.

இந்த நாடகங்கள் எல்லாமே பாடல்கள் நிறைந்த புராணக் கதைகளே. இந்த நாடகத்தை உருவாக்குபவர் வாத்தியார் என்று அறியப்பட்டார். இவர் பாட்டுகள் எழுதி, இசை அமைத்து, நாடகத்தை இயக்கவும் செய்தார். பக்கவாத்தியகாரர்கள் நாடகத்தின் ஆரம்பம் முதல் முடிவு வரை இசைத்துக் கொண்டிருந்தனர். (இந்தப் பழக்கம் 'ரீ ரிகார்டிங்' என்ற பெயரில் இன்னும் நம் சினிமாவில் நீடிக்கின்றது.) நடிகர்கள் யாவருக்கும் பாடத்தெரிந்திருக்க வேண்டும், கோமாளியையும் சேர்த்து. இங்கு பாட்டுக்குத்தான் முன்னுரிமை. வாய்ப்பாட்டுதான் நாடகத்தின் அடிநாதமாக இருந்தது.

அச்சுக் கலாச்சாரமும் நாடகமும்

இந்தச் சமயத்தில் தமிழகத்தில் பரவிக்கொண்டிருந்த அச்சுக் கலாச்சாரமும் கம்பெனி நாடகங்கள் வளர உதவியது. பாட்டுகளடங்கிய நாடக வசன புத்தகங்கள் வெளிவர ஆரம்பித்தன. 1873 முதல் 1900 வரை 236 நாடகங்கள் நூல் வடிவில் வெளிவந்தன. சலனப்படத்திலிருந்து பேசும்படத்திற்கான மாற்றத் திற்கு இந்த நாடக நூல்கள் பெரிதும் உதவின.

தேவதாசிப் பாரம்பரியம்

கோவிலைச் சார்ந்து தங்கள் வாழ்க்கையை அமைத்துக் கொண்டிருந்த, இசையிலும் நடனத்திலும் தேர்ந்த தேவதாசிச் சமூகத்தைச் சார்ந்த ஆண்களும் பெண்களும், தமிழக கலாச்சார

வரலாற்றில் முக்கியப் பங்காற்றினார்கள். சிறப்பாகப் பக்தி இயக்கக் காலகட்டத்தில் சோழ அரசர்கள் காவிரிப்படுகையில் பல ஆலயங்களை எழுப்பியபோது இப்பாரம்பரியம் தழைத்திருந்தது. தஞ்சைப் பெரியகோவிலில் உள்ள ஒரு கற்சாசனம் மூலம் ராஜராஜன் தளிச்சேரிப் பெண்டுகள் என்று குறிப்பிடப்படும் பாடகிகள், நடனப்பெண்கள் அடங்கிய நானூறு தேவதாசிகளைத் திருவாரூர், கடம்பூர் போன்ற ஊர்களிலிருந்து கூட்டி வந்து கோவிலருகே குடியமர்த்தினான் என்றறிகின்றோம். இவர்களுடன் இசைக்குழுவினரும் வந்தனர். அரசர் முன்னிலையிலும், அரண்மனைச் சம்பிரதாயங்களிலும் கோவிலைச் சார்ந்த வழிபாட்டிலும், தங்கள் நடனம், இசை மூலம் முக்கியப் பங்காற்றினர். பண்டிகைகளிலும் உற்சவமூர்த்தி ஊர்வலமாகச் சென்ற போதும் தேவதாசிகள் நடனம் ஆடிக் கொண்டாடினர். இந்நிகழ்வுகள் சோழர்கால ஓவியங்களிலும் சிற்பங்களிலும் சித்தரிக்கப்பட்டுள்ளன.

பெரிய மேளம், சின்ன மேளம்

இசைக்கருவிகளை வாசிப்பதிலும் நடனத்தை அமைப்பதிலும் விற்பன்னர்களாக விளங்கிய இசை வேளாளர் சமூகத்து ஆண்கள் இரண்டு பிரிவுகளாக அறியப்பட்டார்கள். நாகஸ்வரம், தவில் வாசிப்போர் அடங்கிய பிரிவுக்குப் பெயர் பெரிய மேளம். அவர்கள் கோவில் சடங்குகளிலும், திருமணம் போன்ற குடும்ப விசேஷங்களிலும் வாசித்தனர். சின்ன மேளப் பிரிவினர் மிருதங்கம், ஆர்மோனியம் போன்ற கருவிகளை இயக்கி நடனக்குழுக்களுக்குப் பக்க வாத்தியம் வாசித்தார்கள். குழந்தைகளுக்குக் கருவியிசை, வாய்ப்பாட்டுடன் நடனமும் கற்றுக்கொடுத்ததும் இவர்கள் தான்.

சதிர் என்றும் தாசியாட்டம் என்றும் குறிப்பிடப்பட்ட இந்த நிகழ்கலையிலிருந்து தான் இன்றைய பரதநாட்டியம் பரிணாம வளர்ச்சியடைந்தது. இந் நடனம் தனியாகக் கச்சேரிகளிலும் மற்ற அரங்குகளிலும் நடத்தபட்ட முக்கிய மாற்றம் சென்ற நூற்றாண்டின் முப்பதுகளில்தான் நடந்தது.

தேவதாசி முறை ஒழிப்புப் போராட்டம்

இருபதாம் நூற்றாண்டில் தொடங்கிய சுதந்திரப் போராட்டம் சமூக சீர்திருத்தங்களையும் உள்ளடக்கி இயங்கியது. பல தலைவர்கள் தேவதாசி முறையை ஒழிக்க வேண்டும் என்று வாதிட்டனர். அதிலும், சிறு பெண்களைக் கோவிலுக்குப் 'பொட்டுக் கட்டி விடும்' சடங்கை எதிர்த்தனர். இதே சமூகத்தைச் சேர்ந்த மூவாலூர் ராமமிருதத்தம்மையாரும், டாக்டர்

முத்துலட்சுமி ரெட்டியும் தேவதாசி எதிர்ப்பு இயக்கத்தின் முன்னணியில் இருந்தனர். (இந்தச் சமூகத்தினரின் குலப்பெயரை மாற்றி இசை வேளாளர் என்ற பெயரை ராமாமிருதத்தம்மாள் 1925இல் ஒரு மாநாட்டில் சூட்டினார்). தேசிய இயக்கத்தின் ஒரு பரிமாணமாகவே தேவதாசி எதிர்ப்பு இயக்கம் உருவெடுத்தது. காந்திஜி, பெரியார் போன்ற தலைவர்களும் இந்த இலக்கில் சட்ட ரீதியான முயற்சிகளுக்கு ஆதரவு கொடுத்தனர். இந்த முயற்சிகளின் விளைவாக 1929இல் தேவதாசி ஒழிப்புச்சட்டம் நிறைவேறியது. இதன் உடனடி விளைவு, தேவதாசிகளுக்கு ஆலயங்களிலிருந்து தவறாமல் கிடைத்துக்கொண்டிருந்த வருமானம் நின்றது. இத்துடன், ஜமீந்தார்கள் மற்ற நிலக்கிழார்கள் போன்ற புரவலர்கள் கலைஞர்களுக்கு அளித்து வந்த ஆதரவும் குறைந்தது.

இசை வேளாளர்களின் புலப்பெயர்வு

இந்தக் காலகட்டத்தில் இசை வேளாளர் சமூகத்திலிருந்து பல கலைஞர்கள் – ஆண்களும் பெண்களும் – சீரான வருமானத்திற்காகக் கம்பெனி நாடகம், கிராமபோன் கம்பெனிகள் போன்ற அமைப்புகளை நாடினர். மலிவான விலையில் கிடைத்த ஜப்பானிய கிராமபோன் வந்தபின், 78 rpm இசைத்தட்டுக்கள் மக்களிடையே பிரபலமாயிருந்தன.

பேசாப்படக் காலத்தில், படம் திரையிடுதலுடன், மக்களை ஈர்க்க மாஜிக் நிகழ்ச்சி, குத்துச்சண்டை, நடனம் முதலிய நிகழ்த்துகலைகளும் சினிமா அரங்க மேடையில் நடத்தப்பட்டன. சில இசைவேளாளர் பெண்கள் இந்த அரங்குகளில் நடனமாடினர். வெவ்வேறு ஊர்களுக்குச் சென்று இந்த நிகழ்ச்சிகளை நடத்தினர். பேசும்படம் தோன்றிய பின் இவர்களில் சிலர் திரையுலகில் நுழைந்தனர்.

மிருதங்கம், ஆர்மோனியம் போன்ற இசைக் கருவிகளை வாசித்த சின்ன மேளக் கலைஞர்கள் டிராமா கம்பெனிகளில் சேர்ந்து, தங்களது இசைப் பாரம்பரியத்தை மேடை நாடக உலகிற்குக் கொண்டு சேர்த்தனர். அப்போது மக்களிடையே பிரபலமாக இருந்த நாடகங்கள், அதிலும் இசை நாடகம் என்ற பெயர் கொண்டவை வெறும் பாட்டு சங்கிலி போல இருந்தன. சில நாடக நடிகர்கள், மேடையில் புகழ்பெற்ற பின், தனிக் கச்சேரிகளில் பாட அழைக்கப்பட்டனர். இசைத்தட்டுகளில் அவர்கள் பாடல்கள் வெளியாயின.

இதில் நாம் மனதில் கொள்ள வேண்டியதென்னவென்றால், இசைவேளாளர் சமூகத்திலிருந்து பல கலைஞர்கள் – ஆண்களும்

பெண்களும் – நாடக உலகினுள் நுழைந்தனர். சங்கீதத்தை முறையாகக் கற்ற பெண்கள் நாடகக் கம்பெனிகளில் வரவேற்கப் பட்டனர். பல ஆண்கள், இசைக்கருவிகள் வாசிப்பவர்களாகவும் சேர்ந்தனர். சிலர் வாத்தியார் என்று குறிப்பிடப்பட்ட பாடலாசிரியர்களாக இடம் பெற்று நாடகங்களை இயக்க ஆரம்பித்தனர். எனவே 1931இல் பேசும்படம் தோன்றியபோது, மேடையிலிருந்து திரைக்கு வெகு எளிதாக வர அவர்களால் முடிந்தது. ஒரு எட்டு எடுத்து வைப்பதைப் போல.

20ஆம் நூற்றண்டின் துவக்கத்தில் கிராமபோன் தோன்றிய சமயத்தில் பாடகர்கள் தங்கள் குரலை இசைத்தட்டில் பதிவு செய்யத் தயங்கினார்கள். செய்தால் குரல் கெட்டு விடும் என்ற ஒரு நம்பிக்கை பரவலாக இருந்தது. புகைப்படம் எடுத்துக் கொள்வதைப் பற்றியும் இப்படி ஒரு நம்பிக்கை இருந்தது. ஆனால் தேவதாசிப் பாரம்பரியத்திலிருந்து சில கலைஞர்கள் துணிச்சலுடன் முன் வந்தனர். பல இசைத்தட்டுக்கள் வெளியாயின. டி.எம். சாரதாம்பாள், ஷண்முகவடிவு போன்ற பாடகிகள் கிராமபோன் நட்சத்திரங்களாக மின்ன ஆரம்பித்தனர். சினிமா காமிரா முன் தோன்றவும் அவர்கள் பயப்படவில்லையாதலால் சிலர் திரையுலகிற்கு வந்தனர். 1933யில் வெளியான **பிரகலாதா** படத்தில் சாரதாம்பாள் கதாநாயகியாகத் தோன்றினார்.

கலைஞர்களும் அரசியலும்: மேடையிலிருந்து திரைக்கு

பஞ்சாபில், 1919இல் அமிர்தசரஸ் நகரில் ஜாலியன்வாலா பாக் என்ற திடலில் தடையை மீறி அரசியல் நிகழ்வு ஒன்றிற்காகக் கூடியிருந்த அப்பாவி மக்கள் மேல் ஒரு பிரிட்டீஷ் போலிஸ் அதிகாரி இயந்திரத் துப்பாக்கிகள் மூலம் சுட உத்தரவிட்டார். நூற்றுக்கணக்கில் மக்கள் மடிந்தனர். பஞ்சாப் படுகொலை என்று வரலாற்றில் அறியப்படும் இந்தக் கொடூர நிகழ்வு நாட்டை உலுக்கியதுடன், கலைஞர்களுக்கு அரசியல் உணர்வூட்டி அவர்களைத் தேசிய இயக்கத்தினுள் இழுத்தது. நாடக உலகும் இந்தத் தாக்கத்தால் ஈர்க்கப்பட்டு, தேசியப் பிரச்சாரத்தில் ஈடுபட்டது. சுதந்திரப் போராட்டத்தை ஆதரிக்கும் பாடல்களை நாடக மேடையில் பாடுவதுடன் இந்த ஊடாட்டம் ஆரம்பித்தது. இந்தப் பாடல்கள் இசைத்தட்டுகளாக வெளி வந்ததோடு அரசியல் மேடைகளிலும் பாடப்பட்டன. எளிய விலை பாட்டுப் புத்தகங்கள் அச்சிடப்பட்டன.

இதன் அடுத்த கட்டம் நாட்டுப்பற்றை உள்ளடக்கமாகக் கொண்ட நாடகங்கள். மேடை நாடகங்களைக் கண்காணிப்பதற் காகக் கொண்டுவரப்பட்ட நாடகமேடைச் சட்டம் (The Dramatic

Performance Act 1876) நடைமுறையிலிருந்த போதும் **கதரின் வெற்றி** போன்ற பல நாடகங்கள் மேடையேற்றப்பட்டன. நாட்டுப்பற்று நாடகங்களும் பாடல்களும் மக்கள் மத்தியில் பெரும் வரவேற்புப் பெற்றன.

விடுதலை இயக்கம் தீவிரமடையத் தொடங்கியதும் பல நாடகக் கலைஞர்கள் நேரிடையாக அரசியலில் ஈடுபட ஆரம்பித்தனர். நாடு முழுவதும் பரவிக்கொண்டிருந்த ஒத்துழையாமை இயக்கத்தில் கலந்து கொண்டனர். பலர் அரசியல் மேடைகளில் பேசினர், பாடினர். சிலர் சத்யாக்கிரகங்களில் பங்கு கொண்டு, அந்நியத் துணிகளை எரித்தும் கள்ளுக்கடை மறியலில் கலந்துகொண்டும் சிறை சென்றனர்.

இம்மாதிரி அரசியலில் ஈடுபடுவதில் நாடகக் கலைஞர்களுக்கு இன்னொரு ஈர்ப்பு இருந்தது. பாரம்பரியமாக நாடகக்கலைஞர்கள் சமுதாயத்தில் ஒரு அசூசையுடனேயே பார்க்கப்பட்டார்கள். சமூகத்தில் இவ்வாறு புறக்கணிக்கப்பட்டவர்கள், தங்களது அரசியல் ஈடுபாட்டால் இதுவரை கிடைக்காத ஒரு மரியாதைக்குப் பாத்திரமாவதை உணர்ந்தனர். தலைவர்களுடன் ஒரே மேடையில் அமர்ந்திருக்கும் அந்தஸ்தை அவர்கள் பெற்றார்கள். அரசியல் தலைவர்களும் கூட்டத்தைக் காந்தம் போல் கவர்ந்திழுக்கும் நடிகர்களின் திறமையைச் சாதகமாக்கிக் கொண்டார்கள்.

பேசும் படம் தோன்றிய பின் படத்தயாரிப்பாளர்கள், நாடக நடிகை – நடிகர்களை நாடி வந்தபோது அந்தக் கலைஞர்கள் தேசிய இயக்கத்தின் தாக்கத்தில் இருந்தனர். இவர்களுடன் மேடையுலகிலிருந்த வாத்தியார்களும் பாடகர்களும் தங்கள் தேசிய அரசியலுடன் சினிமாவிற்குள் நுழைந்தனர். அரசியலுக்கும் தமிழ்ச் சினிமாவிற்கும் உள்ள ஊடாட்டத்தின் துவக்கம் இதுதான். முதல் பேசும் படமான **காளிதாஸில்** (1931) அரசியல் மேடைகளில் பிரபலமாகியிருந்த காந்தியைப் பற்றிய பாடல் ஒன்று இடம் பெற்றிருந்தது.

டி.ஆர். ராஜகுமாரி

சினிமா கொட்டகை 19

இசை வேளாளர்களின் பாரம்பரிய இசையும் நடனமும் கம்பெனி நாடகங்கள் மூலம் தமிழ்ச் சினிமாவிற்குள் நுழைந்தன. நாடகங்களில் இடம் பெற்ற பெருவாரியான பாடல்கள் கர்நாடக இசை சார்ந்தவையாக இருந்தன.

பின்னர், மதராஸ் ராஜதானியில் பயணம் செய்த மராத்திக் கம்பெனிகளிலிருந்து ஒரு வகையான இந்துஸ்தானி இசை வடிவமும் சேர்ந்தது. இந்தக்கலவை மக்களிடையே மிகுந்த வரவேற்பைப் பெற்றது. மராத்தி நாடகக் குழுக்களைத் தொடர்ந்து வந்த பார்சி குழுக்கள் கொண்டு வந்த குஜராத்தி நாட்டார் இசையும் இந்துஸ்தானியும் கலந்த பார்சி மெட்டு என்றறியப்பட்ட இசை தமிழ் சினிமாவிலும் நுழைந்தது. காமடியன்கள் மூலம் நமது நாட்டுப்பாடல்களும் நாடகங்களில் இடம் பெற்றன.

மௌனப்படக் காலத்தில் சென்னையில் தயாரிக்கப்பட்ட படங்களால் மேலை நாட்டுப்படங்களுடன் போட்டி போட முடியவில்லை. உள்ளூர் சினிமாவிற்கு அரசும் ஆதரவு தராததால் தொழில் ரீதியாக அது வளர்ந்திருக்கவில்லை ஆனால் ஒலிவந்தபின், பேசும்படம் தோன்றியதால் திரைத் தொழிலுக்குப் பாதுகாப்பான சந்தை கிடைத்தது.

1931இல் பேசும்படம் தோன்றிய போது ஒலிப்பதிவு வசதி இங்கு இல்லாததால் தமிழ்ப்படங்களைத் தயாரிக்க புனே, கோலாப்பூர், கல்கத்தா போன்ற நகரங்களுக்குப் போக வேண்டிய நிர்ப்பந்தம் ஏற்பட்டது. அவ்வாறு கூட்டிச்செல்ல நாடகக்குழுக்கள் தோதாக இருந்தன. ஒரு பேசும்படத்திற்குத் தேவையான அனைத்துக் கூறுகளும் தயாராகக் கிடைத்தன. நாடகங்களும் புத்தக வடிவில் கிடைத்ததால் ஒவ்வொரு நடிகரும் எல்லாக் கதாபாத்திரங்களின் வசனத்தையும் மனப்பாடம் செய்து வைத்திருந்தனர். யாராவது ஒரு நடிகருக்கு உடல் நலக்குறைவு ஏற்பட்டால் கூட வேறு ஒருவரை வைத்துப் படப்பிடிப்பை நடத்தி விட முடியும். முதல் ஐந்து வருடங்களில் தயாரிக்கப்பட்ட 61 திரைப்படங்கள் அனைத்தும் மேடை நாடகங்களின் பிசகாத நகல்களே. இந்த நாடகக்குழுக்களில் இசை வேளாளக் கலைஞர்கள் முக்கிய இடம் பெற்றிருந்தனர்.

திரையுலகினுள் வந்த தேவதாசிப் பாரம்பரியம்

இங்கு நினைவில் கொள்ளவேண்டியது என்னவென்றால், தமிழகத்தில் பேசும்படம் தோன்றியபோது, பதினைந்து ஆண்டுகளாக இங்கு தயாரிக்கப்பட்டு வந்த சலனப்படப் பாரம்பரியத்தின் பரிணாம வளர்ச்சியாக உருவாகாமல், தேர்ச்சி பெற்ற கலைஞர்களைக்கொண்ட ஒரு ‘ரெடிமேட்’ கலை வடிமான மேடை நாடகத்தை அது சுவீகரித்துக்கொண்டது.

நடனமணிகள் சாயி, சுப்புலட்சுமி, எம்.ஜி.ஆருடன் மலைக்கள்ளன் படத்தில்

இந்தப் படங்களில் நடித்த இசை வேளாளர் பரம்பரையைச் சேர்ந்த நடிகையர்களும் இசை, நடனம் அமைத்த கலைஞர்களும். இசைக்கருவி வாசிப்போரும் தங்கள் கலைத்திறமைகளைத் தமிழ்த்திரைக்கு கொண்டு வந்தனர். இசை, வாய்ப்பாட்டு, நடனம் தமிழ் சினிமாவின் உள்ளடக்கமாக, இன்றியமையாத கூறுகளாகி விட்டதற்கு அடித்தளம் இதுதான். இந்தக்கூறுகளால்தான் மேலை நாட்டுத் திரைப்படங்களால் சூழப்பட்டு இருந்த காலகட்டத்திலும், தமிழ்ச் சினிமா அபார வளர்ச்சி அடைய முடிந்தது. 1931ஆம் ஆண்டு கடைசியில் **காளிதாஸ்** வெளியானது. ஐந்து ஆண்டுகளுக்குள், *1935ஆம் வருடத்தில் 33 தமிழ்ப்படங்கள் வெளிவந்தது இந்த வளர்ச்சியின் அறிகுறி.*

பாட்டு, இசை நடனம் நிறைந்த தமிழ்ப்படங்கள் அந்தப் பாதையிலேயே வளர்ந்தன. அது மட்டுமல்லாமல், நாடகத்தை முன்கோணத்தில் படமாக்கிய பழக்கம் தமிழ் சினிமாவில் ஆழமாகப் பதிந்துவிட்டது. இத்தகைய படமெடுக்கும் உத்தி தமிழ் சினிமாவில் ஒரு நீண்ட தாக்கத்தை விட்டுச் சென்றது. ஆரம்ப கால இயக்குநர்கள் நாடகத்தைப் படமாக்கினர் என்று பார்த்தோம். அந்த இயக்குநர்களில் எவரும் சினிமாவின் தன்மையையோ அதன் இயல்புகளையோ அறிந்தவர்களாக இல்லை. இரண்டாவது தமிழ்ப்படத்தை (**கலவரிஷி**, *1932*) இயக்கிய

சர்வோத்தம் பதாமியை நான் 1992இல் பெங்களூரில் சந்தித்துப் பேசியபோது இதை அறிய முடிந்தது. சில தமிழ்ப் படங்களை இயக்கிய பம்மல் சம்மந்த முதலியாரின் குறிப்புகளைப் படித்தாலும் சினிமாவிற்கும் நாடகத்திற்கும் உள்ள வேறுபாட்டை அவர் உணர்ந்திருக்கவில்லை என்று தெரிகின்றது.

சுருங்கச் சொன்னால், முதல் ஐந்து ஆண்டுகளில் தமிழ்த் திரைப்படங்கள் வேறு நகரங்களில் தயாரிக்கப்பட்டதால் இரண்டு கூறுகள் படங்களில் நிலை கொண்டன. ஒன்று பாட்டு, நடனம், கருவியிசை. இரண்டாவது நாடகார்த்தமான திரைப்படங்கள்.

தமிழ்ச் சினிமாவில் இசை வேளாள முன்னோடிகள்

இசை வேளாளர் பாரம்பரியத்தின் மையமாக இருந்தது கும்பகோணம். சென்னையில் நட்டுவனார்களுக்குத் தேவை ஏற்பட்டபின் பல நடன ஆசிரியர்கள் பட்டணத்திற்குக் குடிபெயர்ந்தனர். ஒலிப்பதிவு வசதியுடன் கூடிய ஸ்டுடியோக்கள் சென்னையில் தோன்றியபின் அவர்களில் பலருக்குத் திரையுலகக் கதவு திறந்தது.

மௌன சினிமாவில் நடிக்கச் சண்டைப்பயிற்சி பெற்ற நடிகர்களும், குதிரையேற்றத்தில் வல்லவர்களும் தேவைப் பட்டனர். ஆனால் ஒலி வந்த பின் இசைப்பயிற்சி பெற்ற, பாடத்தெரிந்த நடிகர்களைத் தயாரிப்பாளர்கள் நாடினர். அப்போது ஒலியைத் தனியாகப் பதிவு செய்யும் தொழில்நுட்ப வசதி தோன்றியிருக்கவில்லை. படமெடுக்கும் பொழுதே ஒலிப்பதிவும் செய்யப்பட்டது. பாடத் தெரிந்த ஆண் நடிகர் களுக்குப் பற்றாக்குறை ஏற்பட்டபோது நடிகைகளை ஆண் வேடம் தரித்து நடிக்க வைக்கச் சில இயக்குநர்கள் தயங்கவில்லை. **சாவித்திரி** (1941) படத்தில் எம்.எஸ். சுப்புலட்சுமி நாரதாராக நடித்தார்.

பிரகலாதா (1933) படத்தில் நடித்த கே.ஆர். சாரதாம்பாள் நாடகமேடையிலிருந்து திரைக்கு வந்தவர். கும்பகோணத்திலிருந்து வந்த எம்.ஆர். சந்தானலட்சுமியின் முதல் படம் **ராதாகல்யாணம்** (1935). இவர் ஐம்பதுகள் வரையில் தமிழ்த்திரையில் தோன்றிக் கொண்டிருந்தார்.

இசைவேளாளர் பாரம்பரியத்திலிருந்து பலர் திரைக்கு வந்திருந்தாலும் அவர்களில் மிகப்பிரபலமானவர் – எம்.எஸ். சுப்புலட்சுமி. இவர் நடித்த நான்கு படங்களில் புகழ்பெற்றது எல்லிஸ் ஆர். டங்கன் இயக்கிய **மீரா** (1945). சுப்புலட்சுமி இசை

விற்பன்னராகப் புகழ் பெற்றுப் பாரத ரத்னா விருது பெற்றார். இவ்வாறாக ஆரம்பகாலத் திரைப்படங்களில் நடித்த நடிகையர் பெரும்பாலும் இசை வேளாளர் சமூகத்தைச் சேர்ந்தவர்களே. இவர்களில் சிலருடைய மகள்களும் பேத்திகளும் பிற்காலத்தில் பிரபல நட்சத்திரங்களாகப் பரிணமித்தனர். **பார்வதி கல்யாணம்** *(1936)* படத்தில் நடித்த எஸ்.பி.எல். தனலட்சுமியின் மகள் ஜோதிலட்சுமியும் அவரது மகளும் திரையுலகில் இயங்கினார்கள்.

காஞ்சிபுரம் எல்லப்பபிள்ளை,
நட்டுவனார்

பேசும்படத்தின் ஆரம்பகால ஆண்டுகளில் பிரகாசித்த நட்சத்திரங்களில் பிரபலமானவர் டி.ஆர். ராஜகுமாரி. இசை விற்பன்னர் தஞ்சாவூர் குசலாம்பாளின் பேத்தியான தஞ்சாவூர் ரங்கநாயகி ராஜாயி, சென்னையிலிருந்த தனது சித்தி எஸ்.பி.எல். தனலட்சுமி வீட்டிற்கு வந்தார். இவரது முதல் திரைத் தோற்றம் பருவா இயக்கிய வரலாற்றுப் புகழ்பெற்ற ஹிந்திப் படம் **தேவதாஸ்** *(1936)*. இப்படத்தில் சந்திரமுகி பாத்திரத்தில் கே.எல். சைகலுடன் நடிக்கும் போது இவருக்கு வயது *16.* (இதை எனக்குச் சுட்டிக் காட்டியவர் அம்பை. இப்படம் யூ ட்யூபில் கிடைக்கின்றது). இயக்குநர் கே. சுப்ரமணியம் இவருக்குக் **கச்சதேவயானி** *(1941)* படத்தில் வாய்ப்புக் கொடுத்தார். பல படங்களில் நடித்த இவருக்குத் தமிழ்ச் சினிமா வரலாற்றில் இடம் பிடித்த **ஹரிதாஸ்** *(1944)* நட்சத்திர அந்தஸ்தைக் கொடுத்தது என்றால் **சந்திரலேகா** *(1948)* இவரைப் புகழின் உச்சிக்கு இட்டுச்சென்றது. அறுபதுகள் வரை நடித்துக்கொண்டிருந்த இவர் பின்னர் தயாரிப்பாளாரக மாறி சில வெற்றிப்படங்களைத் தயாரித்தார்

ஆண் கலைஞர்கள்

இசை வேளாள ஆண்கலைஞர்களும் திரையுலகில் பல்வேறு துறைகளில் பிரகாசித்தனர். கும்பகோணத்தில் *1914*இல் பிறந்த கு.சா. கிருஷ்ணமூர்த்தி ஒரு நல்ல எடுத்துக்காட்டு. இவர் பத்தாவது

வயதிலேயே நாடகத்துறையில் நுழைந்து, பின்னர் நவாப் ராஜமாணிக்கம் கம்பெனியில் சேர்ந்து பாடாலாசிரியராகவும் இசையமைப்பாளராகவும் புகழ் பெற்றார். தேசிய அலை நாடக உலகில் வீசியபோது சுதந்திரப் போராட்டத்தில் குதித்த கிருஷ்ணமூர்த்தி புதுக்கோட்டை நகரக் காங்கிரஸ் காரியதரிசி ஆனார். **ஸ்ரீ ஆண்டாள், போஜன்** (1948) ஆகிய இரு படங்களில் பாடல் எழுதி சினிமா உலகினுள் பிரவேசித்தார். இவர் எழுதிய **அந்தமான் கைதி** என்ற நாடகம் டி.கே.எஸ் சகோதரர்களால் மேடையேற்றப்பட்டு மக்களிடையே நல்ல வரவேற்பைப் பெற்றது. இந்த நாடகம் 1952 அதே பெயரில் எம்..ஜி.ஆரைக் கதாநாயகனாகக் கொண்டு திரைப்படமாக வெளியானது. ஏறக்குறைய 37 படங்களுக்குப் பாட்டெழுதியதுடன் பல படங்களுக்கு வசனமும் எழுதினார். **ரத்தக்கண்ணீர்** (1954) படத்தில் *குற்றம் புரிந்தவன் வாழ்க்கையில்* என்று தொடங்கும் பாடல் இவருடைய படைப்புதான். 1975இல் வந்த **தேவரகசியம்** வரை இவர் பணியாற்றினார்.

சி. எஸ். ஜெயராமன் **ஸ்ரீ கிருஷ்ண லீலா** படத்தில்

வேறு சிலர் பாடகர்களாகப் புகழ்பெற்றனர். இவர்களுள் நன்கறியப்பட்டவர் சி.எஸ். ஜெயராமன், 1934இல் **ஸ்ரீ கிருஷ்ணலீலா**வில் சிறுவனாக நடிக்க ஆரம்பித்த அவர் அறுபதுகள் வரை பின்னணிப் பாடகராகத் திகழ்ந்தார். நாகசுரச்சக்ரவர்த்தி எனப் போற்றப்பட்ட என்.ராஜரத்தினம் பிள்ளை, டங்கன் இயக்கிய **காளமேகத்தில்** (1940) நடித்தார்.

இசைவேளாளக் கலைஞர்கள் சினிமா உலகில் இடம் பிடித்துச் செல்வாக்குடன் இருந்த காலகட்டத்தில் அவர்கள் தங்களது உறவினர்களுக்கும் இசை, நடனம், நடிப்பு இவை தவிர மற்ற துறைகளிலும் இடம் வாங்கித் தந்தனர். ஏ.வி.எம் ஸ்டுடியோவில் ஒலிப்பதிவாளராகப் பல ஆண்டுகள் பணியாற்றிய ஏ.வி. ரகுபதி பலருக்குப் பயிற்சி அளித்தார். ராஜகுமாரியின் தம்பியான

டி.ஆர். ராமண்ணா நெப்ட்யூன் ஸ்டுயோவில் ஒலிப்பதிவாளராக ஆரம்பித்து, பின்னர் இயக்குநராகி, **கூண்டுக்கிளி** (1954) **குலேபகாவலி** (1955) போன்ற பல படங்களை இயக்கினார். இவர் எழுபதுகள் வரை இயங்கினார்.

நட்டுவனார்களில் புலப்பெயர்வு

சினிமாவில் நடனம் இடம் பெற்றதால் பயிற்சியளிக்க ஆசிரியர்களின் தேவை உணரப்பட்டது. இசைவேளாள நட்டுவனார்கள் கோவில் பணியிலிருந்த போது தங்கள் வீட்டிலேயே **சிலம்புக்கூடம்** என்றறியப்பட்ட நாட்டியப்பள்ளிகளை நடத்தி வந்தனர். இவர்கள் ஒரு சங்கம் போன்ற **நட்டுவமேளா** என்ற அமைப்பில் இணைந்திருந்தார்கள். ஆண்டுக்கு ஒருமுறை தஞ்சாவூரிலுள்ள நட்டுவன் சாவடி என்ற இடத்தில் நட்டுவனார்கள் கூடி தங்கள் கலை பற்றிய கருத்துக்களை பரிமாறிக்கொண்டனர். கம்பெனி நாடகங்களில் நடனம் மிகக் குறைவு என்பதால் தேவதாசி ஒழிப்புச்சட்டம் வந்த பின் நட்டுவனார்கள் நாடகத்துறைக்குள் போகவில்லை. ஆனால் பேசும்படம் தோன்றிய பின் இவர்களுக்கு ஸ்டுடியோக்களில் வேலை கிடைத்தது. அது மட்டுமல்லாது, இந்தக் காலகட்டத்தில்தான் தேவதாசிகளின் சதிராட்டம், பரதநாட்டியமாகப் புதிய அவதாரம் எடுத்திருந்தது. இதைப்பற்றி ஒரு ஆய்வாளர் "தங்கள் எதிர்காலத்தைப்பற்றிக் கவலைப்பட்ட பல நட்டுவனார்கள் பட்டணத்துக்குப் புறப்பட்டனர். அங்கு பல மேல்தட்டுப் பெண்கள் நடனம் கற்றுக்கொள்ள ஆர்வம் காட்டினர். அது மட்டுமல்ல வெள்ளித்திரை அவர்களை ஈர்த்தது. உள்ளே செல்ல முடிந்தவர்களுக்குச் செல்வம் கொட்டியது" என்று எழுதினார். நட்டுவனார்கள் கொண்டு வந்த நடனப் பாரம்பரியம் தமிழ்ச் சினிமாவில் இடம் பெற்றது. பலர் நட்டுவனார்களாக ஸ்டுடியோக்களில் பணியிலமர்ந்தனர். இதில் ஒருவரின் பங்களிப்பை மட்டும் கவனிக்கலாம்.

தமிழ்த்திரையுலகில் பிரசித்தி பெற்ற நட்டுவனார் வி.ஏ. முத்துசாமிப் பிள்ளை தனது குரு வைத்தீஸ்வரன்கோவில் மீனாட்சிசுந்தரம் பிள்ளையுடன் சென்னை வந்தார். கே. சுப்ரமணியத்தின் நிருத்யோதயா நடனப்பள்ளியில் முத்துசாமிக்கு வேலை கிடைத்தது. பல வகையான நாட்டிய பாரம்பரியங்களுக்கு இந்தப் பள்ளியில் இடமளிக்கப்பட்டது. இந்தக் கலவை நடனத்திற்கு ஓரியண்டல் டான்ஸ் என்று பெயரிடப்பட்டது. இந்தப்பள்ளியில்தான் சந்திரபாபு நடனம் பயின்றார். முத்துசாமிபிள்ளைக்கு ஸ்டுடியோக்களில் வேலை கிடைத்தது. **சபாபதி** (1941) படத்தில் அவரது பெயர் திரையில் காட்டப்பட்டது.

முப்பதுகளின் ஆரம்பத்திலேயே சில நட்டுவனார்கள் சினிமாவில் சேர்ந்து விட்ட போதிலும் இவர்களது பெயர்கள் திரையில் காட்டப்படவில்லை. நாற்பதுகளில்தான் அவர்களுக்கு இந்த அங்கீகாரம் கிடைத்தது.

பின்னர் முத்துசாமி பல படங்களில் பணியாற்றினார். இசை வேளாளர் பாரம்பரியத்திலிருந்து வந்த சாயி, சுப்புலட்சுமி சகோதரிகள் இவருடைய இயக்கத்தில் **மலைக்கள்ளன்** (1954) போன்ற படங்களில் நடனமாடிப் பெயர் பெற்றனர். இவர் அமைத்துப் பிரசித்தி பெற்றது **ரத்தகண்ணீர்** படத்தில் *கையில் காசில்லாதவன் கடவுள் ஆனாலும் கதவைச் சாத்தடி* என்ற பாடலுக்குச் சாயி சுப்புலட்சுமி ஆடிய நடனம். **மர்மவீரன்** (1956) படத்தில் வைஜயந்திமாலா ஆடிய தேவதாசிப் பாணிச் சதிர் ஆட்டத்தை அமைத்தவரும் இவர்தான். அதே காலகட்டத்தில் வழுவூர் ராமையா பிள்ளை, கே.என். தண்டாயுதபாணி பிள்ளை போன்ற மற்ற நடன இயக்குநர்களும் தமிழ்த்திரையுலகில் பிரபலமாக இருந்தார்கள்.

தமிழ்ச் சினிமாவில் தேவதாசிப் பாரம்பரியத்தின் பாதிப்பு

இந்தகலைஞர்களின் பங்களிப்பு திரைத்துறையில் நீண்ட பாதிப்பைவிட்டுச்சென்றது. 1930களில் படங்களை இயக்கிய இயக்குநர்களில் ஓரிருவர் தவிர்த்து எவரும், திரைப்படத்தின் தன்மையையோ அதன் குணாம்சத்தையோ கண்டறிந்தவர்களாக இல்லை. அவர்கள் வெறும் நாடகத்தைப் படமாக்குபவர்களாகவே இருந்தனர். சில படங்களில் முதல்காட்சியில் நாடகங்களில் உள்ளது போலவே திரைவிலகும் காட்சி இடம் பெற்றது.

மக்களுக்குத் தெரிந்திருந்த புராணக்கதைகளே படமாக்கப்பட்டதால், அந்தக் கால இயக்குநர்களுக்குக் ‘காட்சி மொழியை” உருவாக்கி, பிம்பங்கள் மூலம் கதையை நகர்த்தும் நிர்ப்பந்தம் ஏற்படவில்லை. சில திரைப்படங்கள் நிகழ்காலக் கருக்களைக்கொண்டவையாக இருந்தாலும், ‘சமூக’த்திரைப்படங்கள் என விளிக்கப்பட்ட அவையும் பிரபலமான சமூகநாடகங்களே. காட்சிகளின் வீரியம் உணரப்பட வில்லை. குறியீடுகளை ஒரு உத்தியாகப் பயன்படுத்தும் பழக்கம் பின்னர் வளரவில்லை. ஒளிப்பதிவுக்கருவி என்பது வெறும்பதிவு செய்யும் சாதனமாகபயன்படுத்தப்பட்டதேயன்றி, கற்பனையை விரிக்கும் நூதன தொழில் நுட்பக் கருவியாக இல்லை. புதிய மொந்தையில் பழைய கள்ளே தரப்பட்டது.

நாற்பதுகளில் சமூகக் கருத்துக்களைக் கொண்ட ‘சமூக’த் திரைப்படங்கள் எனக் குறிப்பிடப்படும் சமகாலத்

திரைப்படக்கதைப் படங்கள் எடுக்கப்பட்டபோது இயக்குநர்களுக்குக் காட்சிகளின் மூலம் கதை சொல்லத் தெரியவில்லை. ஒவ்வொரு விஷயத்தையும் ஏதேனும் ஒரு கதாபாத்திரத்தை வைத்து வாய்ப்பேச்சால் விவரிக்கும்படி காட்சிகள் அமைக்கப்பட்டன. இதுவே பின்னாளில் வசனங்கள் கோலோச்சக் காரணமாய் அமைந்து, இன்று வரை தொடர்கிறது.

நாடக மேடையில் பிரபலமாக இருந்த நடிகர்கள் தங்கள் நடிப்புப் பாணி, உடல்மொழியை அப்படியே திரைக்கும் கொண்டு வந்தனர். எஸ்.வி. சுப்பையா ஆசாரி மேடையில் தோன்றும் ஒவ்வொரு காட்சியிலும் 'ஜெய ஜெய கோகுல பாலா' என்ற பாடலைப் பாடியபடி நுழைவார். 1935இல் **சுபத்திரா பரிணயம்** என்ற படத்தில் நடித்த போது, முதல் காட்சியில் அவர் இப்பாடலைப் பாடியபடியே அறிமுகமானார்.

சக்தி மிக்கக் காட்சிப்படிமங்கள் உருவாக்கப்படவில்லை; மாறாக இசையின் தாக்கம் தூக்கலாக அமைந்தது. பாடல்களுக்குத் தரப்பட்ட முக்கியத்துவத்திற்கு மற்றொரு பரிமாணமும் உண்டு. திரைமொழியைப் புறக்கணித்து, பாடல்களை முதன்மைப்படுத்துவதின் மூலம் திரையை ஒரு கேளிக்கைச் சாதனமாக மட்டுமே பார்க்கும் மனோநிலை ஏற்பட்டது. சினிமா அந்தத் தளத்திலேயே நிறுத்தப்பட்டது. இது அரசியல் சினிமா உருவாகும் சாத்தியத்தை வெகுவாகக் குறைத்தது. பொழுது போக்குக்காகத்தான் சினிமா என்ற நோக்கு பொதுப்புத்தியில் உறைந்து போனது.

இசை வேளாளர் சமூகத்திலிருந்து தமிழ் பேசும்படத்தின் தொடக்க ஆண்டுகளில் பணியாற்றி அதை ஒரு திசைக்கு இட்டுச்சென்றவர்களின் பட்டியல் நீளமானது. நான் சிலரைப்பற்றி மட்டும் எழுதியிருக்கின்றேன். அவர்களது தொழில்முறை வாழ்க்கையைக் கவனிக்கும் போது தெளிவாகத் தெரிவது என்னவென்றால் தமிழ் பேசும்படம் வளரத் தேவையான உள்ளடக்கத்தை ஆரம்பகாலத் திரையுலகத் தூண்களாக இருந்த அவர்கள்தாம் அளித்தார்கள், முற்றிலும் தொழில் நுட்பம் சார்ந்த, நம் நாட்டில் உருவாகாத ஒரு புத்தம் புதிய கலை வடிவத்தை இந்த மண்ணில் வேரூன்றச் செய்தது அவர்கள்தாம்.

இது தமிழ்ச் சினிமாவின் அழகியல் மீதும், பார்வையாளர்கள் மீதும் நீடித்த தாக்கத்தை ஏற்படுத்தியது. பாடல், நடனத்திற்குக் கொடுத்த முக்கியத்துவம் கதைக்குக் கொடுக்கப்படவில்லை. இன்னும் சொல்லப்போனால், அன்றைய பெருவாரியான படங்களின் கதைகள் பார்வையாளருக்குப் பரிச்சயமானவை என்பதால் பாடல்களையும் நடனத்தையும் ஏற்கும் சுமைதாங்கிக்

கல்லாகவே திரை கையாளப்பட்டது. நடிகர்களுக்கோ இயக்குநர்களுக்கோ திரையும் நாடகமும் வெவ்வேறு கலைகள் என்ற புரிதல் இல்லாமல் இருந்தது என்பதற்குப் பல மேற்கோள்களைக் காட்ட முடியும். திரைப்படத்தின் வெவ்வேறு ஒளிப்பதிவுக் கோணங்கள், நகர்வு, ஒளி வீச்சு, எடிட்டிங் ஆகிய சாத்தியக்கூறுகள் உணரப்படாமலே போய்விட்டன. சினிமா என்பது ஒரு கட்புல ஊடகம் என்பதும், அது தனக்கென ஒரு மொழி, இலக்கணம், அமைப்பு *(syntax)* ஆகியவற்றைப் பெற்றது என்பதும் உணரப்படவில்லை. நடிப்பு என்பது நாடக நடிப்பை அளவுகோலாகக் கொண்டே விமர்சிக்கப்பட்டது. சுருங்கக்கூறினால் நடிப்பு திரைமொழியைப் பயன்படுத்தவேயில்லை. இந்தக் குறுகிய எல்லையிலிருந்து விடுபடக்கூடிய சாத்தியக்கூறுகள் தென்படவே வெகு காலம் பிடித்தது.

பயன்பட்ட நூல்கள்

1. பியர் லொட்டி **இந்தியா** (1901 பிரஞ்சு) ஆங்கிலப் பதிப்பு 2007 பிரின்ஸ்டன் பல்கலைக்கழகம் நியூயார்க்
2. பி.எஸ். வாசன். **தமிழ் டாக்கி பிரமுகர்கள்** 1937. சென்னை.
3. அரிமளம் பத்மனாபன். **தவத்திரு சங்கரதாஸ் சுவாமிகள் நாடகங்களில் இசைக்கூறுகள்**. புதுச்சேரி. 2000.
4. நர்மதா. கே. **தமிழகத்தில் தேவரடியார் மரபு**. 2006. சென்னை
5. சதாசிவன், கே. **தமிழகத்தில் தேவதாசிகள்** (ஆங்கிலத்திலிருந்து மொழி பெயர்ப்பு கமலாலயன்) வந்தவாசி 2016
6. பம்மல் சம்பந்த முதலியார். **எனது பேசும் பட அனுபவங்கள்**

(30.5.2013ஆம் தேதி பாரிஸில் பிரான்லி அருங்காட்சியகத்தில் தென்னிந்திய சினிமாவில் நடனம், இசை, பாலியல், அரசியல் என்ற மாநாட்டில் வாசித்த கட்டுரையின் தமிழாக்கம்.)

***காலச்சுவடு*, நவம்பர் 2006**

2

அசையும் படத்தின் ஆரம்பங்கள்

1897ஆம் ஆண்டு. சென்னையில் சென்ட்ரல் ரயில் நிலையத்திற்கு அருகிலுள்ள விக்டோரியா பப்ளிக் ஹாலில் கினிமாஸ்கோப் என்று விளம்பரப்படுத்தப்பட்டிருந்த ஒரு திரையிடல் காட்சியுடன் சினிமாயுகம் தென்னிந்தியாவில் ஆரம்பித்தது. எட்வர்ட் என்ற ஆங்கிலேயர் சில துண்டுப்படங்களைத் திரையிட்டு அசையும் படங்களை அறிமுகப்படுத்தினார்.

கீழ்ப்பாக்கத்தில் நடராஜ முதலியார் இந்திய சினிமாக் கம்பெனியை ஆரம்பித்து, தமிழ் சினிமாவின் முதல் கதைப்படமாக (feature film) 1916இல் **கீசகவதம்** வெளியிடப்படுவதற்கு முன்பே மதராஸ் ராஜதானியில் சில துண்டுப்படங்கள் – மௌனப்படங்கள்தாம் – எடுக்கப்பட்டன. பம்பாயிலும் சென்னையிலும் சலனப்படக்கலையில் ஆர்வம்கொண்டிருந்த சிலர் துண்டுப்படத் தயாரிப்பில் தங்கள் திறமையைப் பரிசோதித்துக் கொண்டிருந்தனர். ஆனால் அவற்றில் ஒன்று கூட நம்மிடம் இல்லை. அவற்றைப் பற்றிய குறிப்புகளும் மிகக்குறைவு. எனக்குக் கிடைத்தவற்றை நான் பதிவு செய்துள்ளேன். இந்தக் காலகட்டத்திலிருந்து நமக்கு 38 குறும்படங்களின் தலைப்புகள் கிடைத்துள்ளன. நிச்சயமாக இதற்கு மேலும் படங்கள் தயாரிக்கப் பட்டிருக்கும். ஆனால் விவரங்கள் அரிதாக இருக்கின்றன.

தொழில்நுட்ப ரீதியாக தென்னிந்தியாவில் சலனப்படத் தொழிலுக்குப் பம்பாய், கல்கத்தாவைக் காட்டிலும் வசதி குறைவாக இருந்தது. சென்னையின் வெப்பம் இந்தத் தொழிலுக்கு ஒரு பகையாக

அமைந்தது. இதனால் படச்சுருளை உருத்துலக்குவதில் மிகுந்த சிரமம் இருந்தது.

தஞ்சாவூர் நிலச்சுவான்தார் மருதமுத்து மூப்பனாரருக்குப் போட்டோகிராபியில் மிகுந்த ஆர்வம். சலனப்படத்தைப் பார்த்த அவருக்கு அதிலும் ஈடுபாடு ஏற்பட்டது. இந்த ஆர்வத்தால் ஈர்க்கப்பட்டு அவர் இங்கிலாந்திற்கே சென்று விட்டார். லண்டனில் தங்கிச் சலனப்படம் தயாரிக்கும் முறையைக் கற்று வந்தார். 1911ஆண்டு நவம்பர் மாதம் அந்நகரில் நடைபெற்ற ஐந்தாம் ஜார்ஜ் மன்னரின் முடிசூட்டு விழாவைக் குறும்படமாகத் தயாரித்து சென்னை திரும்பி அப்படத்தைச் சில கீற்றுக்கொட்டைகைகளில் திரையிட்டுக் காட்டினார்.அதே போல் சென்னையில் முதன் முதலாக விமானம் தீவுத்திடலில் வந்திறங்கியபோது அந்த நிகழ்வை மருதமுத்து மூப்பனார் படமாக்கினார் என்றறிகின்றோம். தான் தயாரித்த படங்களைச் சென்னையிலும் தஞ்சாவூரிலும் மூப்பனார் திரையிட்டுக் காட்டினார். அண்மையில் தமிழ் சினிமாவின் மௌனக் காலத்து நிகழ்வுகளைப் **பேசாமொழி** என்ற பெயரில் படமாகத் தயாரித்த செந்தமிழன் தஞ்சாவூரில் மருதமுத்து மூப்பனார் இல்லத்தாரை தொடர்பு கொண்டு, அவரைப் பற்றிய தகவல்களை அறிய முயற்சித்தார். பலனில்லை.

ஆர். நடராஜ முதலியார்

அப்போதைய காமிராவில் இயந்திர நுணுக்கங்கள் அதிகமாகக் கிடையாது. ஒரே ஒரு லென்ஸ்தான். ஸ்டாண்டில் வைத்து, ஒரு வினாடிக்கு 16 சட்டம் (*frame*) வருமாறு விசையை ஒரே சீராக, கையால்தான் சுழற்ற வேண்டும்(*hand-cranking*), அவ்வளவுதான். மின்சார வசதி வெகு குறைவாக இருந்ததால், விளக்குகளைப் பயன்படுத்தாமல் இயற்கை வெளிச்சத்தில்தான் படப்பிடிப்பு நடந்தது. திரையிடும் போதும் மின்சாரம் இல்லாததால் மக்னீஷிய திரிகளை எரித்தே ஒளியெறிதல் (*projection*) செய்யப்பட்டது. இதனால் திரைக்கு அருகிலேயே புரொஜக்டர் வைக்கப்பட்டிருக்கும்.

வணிக ரீதியில் சலனப்படம் ஒரு பொழுதுபோக்குச் சாதனமாக உருவாகிய பின்னரும் சிலர் தனிப்பட்டமுறையில்

குறும்படங்கள் எடுத்துக்கொண்டிருந்தனர். சென்னையில் கெயிடி போன்ற திரைப்பட அரங்குகளை நிறுவிய வெங்கையாவின் மகன் ரகுபதி பிரகாசா இந்த முன்னோடிகளில் ஒருவர். முறையாக 1919இல் லண்டன் சென்று பார்க்கர் மோஷன் பிக்சர்ஸிடம் சலனப்படவியலை முறையைக் கற்றார். நாடு திரும்பியபின். சென்னை ஸ்டிரிங்கர் தெருவில் எக்ஸிபிட்டார் பிலிம் சர்வீஸஸ் என்ற நிறுவனத்தைத் தொடங்கிச் சில செய்திப்படங்களை எடுத்தார். **வெல்லிங்டன் பாலம் திறப்பு** விழாவைப் படமாக்கித் திரையிட்டார். 1926இல் மதராஸ் ராஜதானி கவர்னர் கோஷன் பிரபு தன் மகளின் திருமணத்தைப் படமாக்க பிரகாசாவை அமர்த்தினார். இவ்வைபவத்தை 1600 அடிப் படமாகத் தயாரித்துப் பிரகாசா புகழ்பெற்றார். பின்னர் அரசாங்கத்தின் சார்பில் **காலராவைத் தடுப்பது** எப்படி என்ற குறும்படத்தை உருவாக்கினார். இவர் எடுத்த மற்றுமொரு முக்கிய சலனப்படம் 1927இல் வெளியிட்ட Indian National Congress at Gauhati. இந்தப் படம் குவஹாத்தியில் கூடிய காங்கிரஸ் மாநாட்டைப் பதிவு செய்தது. சுதந்திர இயக்கத்தைப்பற்றிய இந்த மகத்தான ஆதாரத் தரவு அழிந்து விட்டது ஒரு வரலாற்று அநீதியே. பிரகாசா டாக்கி யுகத்திலும் பல படங்கள் எடுத்தார். 1957இல் **மூன்று பெண்கள்** என்ற படத்தில் பணியாற்றிக் கொண்டிருக்கும் போது காலமானார். ஆந்திரா அரசு இவர் பெயரில் சினிமாவிற்கான ஒரு விருதை ஏற்படுத்தியிருக்கின்றார்கள்.

சென்னை வெப்பேரியில் வசித்த ஜோசப் டேவிட் என்ற தமிழர் சலனப்படத்தில் ஈடுபாடு கொண்டு படம் தயாரிக்கும் நுணுக்கங்களைத் தானே புத்தகங்கள் மூலம் கற்றுக்கொண்டு சில ஆயிரம் முதலீட்டில் ஒரு காமிரா வாங்கினார். கோவில் திருவிழா, சிற்பங்கள் போன்ற நம்மூர் விஷயங்களை 1921இல் படமாக்கத் தொடங்கினார். இம்மாதிரியான படங்களுக்கு வெளிநாட்டில் வரவேற்பு இருக்கும் என்று கணித்த இவர் இந்தத் துண்டுப்படங்களை அமெரிக்காவில் உள்ள இண்டர்நேஷனல் நியூஸ் ரீல்

ஆர். பத்மநாபன்

கார்போரேஷன், பதே எக்ஸ்சேஞ் போன்ற செய்தி நிறுவனங் களுக்கு அனுப்பினார். டேவிட் தனது சிறிய வீட்டின் ஒரு அறையில் அமைத்திருந்த லேபரட்டரியில் பிலிமை உருத்துலக்கினார். ஆனால் பிரதி எடுக்க வசதி இல்லாததால் அமெரிக்காவில் அவரது படங்கள் முழுமையாக்கப்பட்டு ஆங்கில வரிகளுடன், அவர்களின் செய்திப்படங்களின் ஒரு பகுதியாக திரையிடப்பட்டன. ஏற்றுக்கொள்ளப்பட்ட படங்களுக்கு ஒரு அடிக்கு இரண்டு டாலர் வீதம் பணம் பெற்றார். அவர் தனது படம் ஒன்றைக்கூட பார்த்ததில்லை என்கிறார்.

அவரது படத்தலைப்புகளைப் பார்த்தால் அவர் படமாக்கவேண்டிய பொருளை நேர்த்தியாக தேர்ந்தெடுத்திருக் கின்றார் என்று தெரிகின்றது. **நெல்லின் வளர்ச்சி, தென்னை மரம்** போன்ற தலைப்புகளுடன் செல்லப்பிராணிகள் என்ற வரிசையில் **புல்புல், கீரிப்பிள்ளை, குரங்கு,** என்ற தலைப்புகள் கொண்டதுண்டுப்படங்களையும் தயாரித்தார். இயற்கையியலில் இவர் கொண்ட ஆர்வம் **தொட்டாச் சிணுங்கி** போன்ற படங்களை எடுத்ததிலிருந்து தெரிகின்றது. அதிலும் நெல் பற்றிய படத்தில்(The magic of Paddy), Time lapse photographyஐ பயன்படுத்தி விதையிலிருந்து, நெல் வளர்ந்து அறுவடை செய்யப்படும் வரையிலான வளர்ச்சியைச் சில நிமிடங்களில் படமாக்கியிருந்தார்.

ராஜா சாண்டோ

காங்கிரஸ் மகாநாடு போன்ற சில வரலாற்றுச் சிறப்பு பெற்ற நிகழ்வுகளையும் டேவிட் படமாக்கினார். சிட்டகாங் துறைமுகத்திலிருந்து மீன் பிடிக்கப் புறப்பட்ட சில வங்காள மீனவர்கள், புயலொன்றில் சிக்கித் திசை தவறிப் பல நாட்கள் கடலில் தத்தளித்துச் சென்னைக் கடற்கரை வந்தடைந்த போது டேவிட் அவர்கள் கரையிறங்குவதைப் படமாக்கினார். போப் ஆண்டவரின் தூதுவர்கள் சென்னைக்கு வந்த போது அவர்களுக்குக் கத்தோலிக்கச் திருச்சபை அளித்த வரவேற்பை ஒரு செய்திப் படமாகத் தயாரித்தார்.

வணிக நிறுவனம் எதையும் சாராமல் தனித்து இயங்கிய இவரைப் போன்ற வேறு சில சலனப்பட ஆர்வலர்களும் இயங்கிக்கொண்டிருந்தார்கள் என அறிகின்றோம். ரயில்வேயில் எழுத்தராக வேலை பார்த்த தேவசங்கர் அய்யர் என்பவரும் 1923இல் சில துண்டுப்படங்களைத் தயாரித்துச் சென்னையில் திரையிட்டார். இவற்றில் ஒன்று சிவராத்திரிப் பண்டிகையைப் பற்றியது.

ரங்கவடிவேலு. வக்கீல். நடராஜ முதலியார் படத்தில் நடித்தவர்.

பிரிட்டீஷ் அரசும் சினிமாவின் பிரச்சார பலத்தை உணர்ந்ததற்கு அடையாளமாகச் சில படங்களைத் தயாரித்தது. 1921இல் மலபாரில் எழுந்த மாப்ளா புரட்சி அரசை ஒரு உலுக்கு உலுக்கி விட்டது. இங்கிலாந்திலும் இந்தியாவிலும் இதற்கு எதிராகப் பிரச்சாரம் செய்ய

சலனப்பட காலத்தில் முதலில் பயன்படுத்திய,
கையால் சுழற்றும் காமிரா.

வேண்டும் என்ற நோக்கத்துடன் **மாப்ளா ரிபெல்லியன்** (Moplah Rebellion) என்ற ஓர் ஆவணப்படத்தை 1922இல் தயாரித்தனர். சென்னையில் ராணுவத்தில் பணியாற்றிக்கொண்டிருந்த மேஜர் ராபின்சன் இப்படத்தை இயக்க, கல்கத்தாவிலிருந்து வந்திருந்த எச். டவுட்டன் ஒளிப்பதிவாளராகப் பணியாற்றினார். இந்த இரண்டு ரீல் படத்தில், தண்டிக்கப்பட்ட மாப்ளாக்கள், அவர்கள் பயன்படுத்திய ஆயுதங்கள், அந்த எழுச்சியினால் விளைந்த விளைவுகள் சித்தரிக்கப்பட்டன.

ஜெனரல் பிக்சர்ஸ் கார்பொரேஷன் என்ற ஸ்டுடியோவை நிறுவிப் பல கதைப்படங்கள் எடுத்த நாராயணன் அரசுக்காக **தாய்மையும் குழந்தைப் பராமரிப்பும், பாலியல் நோய்களைத் தடுப்பது எப்படி?** போன்ற சில பிரசாரப்படங்களை எடுத்தார்.

தென்னிந்திய சினிமாவின் மௌன சகாப்தத்தில் (1897 – 1934) பல குறும் படங்கள் தயாரிக்கப்பட்டிருந்தாலும், இந்தப்படங்களில் ஒன்று கூட மிஞ்ச வில்லை. புவியியலாளர் ஆனந்த குமாரசாமி தஞ்சாவூரில் வசித்த சில தேவதாசிகளைப்பற்றி எடுத்த குறும்படம் பாஸ்டன் மியூசியத்தில் இருப்பதாக அறிகின்றேன். சில ஆண்டுகளுக்கு முன் ஆனந்த குமாரசாமியின் மகன் ராமன் குமாரசாமியைப் பெங்களூரில் சந்தித்த போது இந்த விவரத்தை என்னிடம் கூறினார். சென்ற ஆண்டு இந்திய அரசு அரிய படங்களை மீட்டெடுக்க Indian Film Heritage Mission என்ற ஒரு செயல்திட்டத்தை உருவாகியிருப்பது மகிழ்ச்சிக்குரிய செய்தி.

ஆனந்த குமாரசாமி

தமிழ்ச் சினிமாவின் மௌன சகாப்தத்தைப்பற்றிய ஆதார பூர்வமான விவரங்கள் கிடைக்கும் முக்கியத் தரவு Report of the Indian Cinematograph Committee 1927 – 28 என்ற ஆவணம் தான். இந்தியாவின் முக்கிய நகரங்களில் அமர்வுகள் நடத்திய இக்குழு தனது 5 தொகுதி அறிக்கையை அரசுக்குச் சமர்ப்பித்தது. சென்னையில் நடந்த அமர்வில் பதிவு செய்யப்பட்ட விவரங்கள் தான் நமக்குச் சலனப்பட வரலாற்றைக் கூறுகின்றன.

படச்சுருள், பிப்ரவரி 2017

3

திரையரங்கும் சினிமாவும்

உன்னதமானது என்று நான் கருதும் ஒரு படத்தைப்பற்றி யாராவது மோசமான கருத்தைக் கூறினால் நான் வழக்கமாகக் கேட்கும் கேள்வி, எங்கே, எப்படி அதைப் பார்த்தீர்கள் என்பது தான். வீட்டில் டிவிடி மூலம் பார்த்தேன் என்றால் பேச்சை நான் தொடருவதில்லை. ஒரு திரைப்படத்தைக் குறுவட்டு–இயக்கி மூலம் வீட்டில் சின்னத்திரையில் பார்ப்பதற்கும், இருண்ட அரங்கில் அமர்ந்து, பெரிய திரையில் பார்ப்பதற்கும் மிகுந்த வித்தியாசங்கள் உண்டு. இவை இரண்டும் அடிப்படையிலேயே மிகவும் வேறுபட்ட அனுபவங்கள். ஒரு திரைப்படத்தை உள்வாங்குதலிலும், எதிர்கொள்ளுதலிலும் புரிந்து கொள்ளுதலிலும் இந்த வேறுபாடுகளின் தாக்கம் இருக்கும்.

ஒரு மேலோட்டமான ஒப்பீடு மூலம் இதை விளக்க முயல்கின்றேன். கச்சேரியில் ஒருவரின் இசையை நேரிடையாகக் கேட்பதற்கும், ஒலிப்பதிவு செய்யப்பட்ட சங்கீதத்தை வீட்டிலிருந்தபடி கேட்பதற்கும் உள்ள வேறுபாட்டை மனதில் கொள்ளுங்கள். ஓரிடத்தில், ஒரு ஆசனத்தில் அமர்ந்து, கச்சேரியின் குவிமையமாக இருக்கும் இசைக்கலைஞரை நோக்கியபடி நீங்கள் இசையைக் கேட்டுக்கொண்டிருக்கின்றீர்கள். பாடகரின் உடல்மொழி, பக்க வாத்தியக் கலைஞர்களின் இருப்பு, இவை இசை கேட்கும் அனுபவத்தின் ஒரு முக்கியப் பரிமாணமாக இருக்கின்றன. வேறு எந்தக் குறுக்கீடும் அங்கு இல்லை. அந்த அனுபவத்துடன் நீங்கள் ஒன்றிப் போகின்றீர்கள். சில தருணங்களில்,

ஒலிபெருக்கி போன்ற எந்த மின்கருவிகள் கூட இல்லாமல் இசை கேட்பது இன்னும் ஆழமான அனுபவம். சென்னையில் வசித்தபோது நடனக்கலைஞர் சந்திரலேகாவின் வீட்டில் **Spaces** அரங்கில், குண்டேச்சா சகோதரர்களின் துருபத் கச்சேரி கேட்டது அத்தகைய ஒரு மறக்க முடியாத, ஆழ்ந்த அனுபவம்.

சினிமா பெரிய திரைக்காகத் தயாரிக்கப்படுவது. சினிமா தோன்றி ஏறத்தாழ அறுபது ஆண்டுகள் கழித்துத்தான் தொலைக்காட்சி வந்தது. அதற்கும் பல பத்தாண்டுகள் கழித்துத்தான் குறுவட்டு நமக்குக் கிடைத்தது. சினிமா சார்ந்த பெரும்பாலான அழகியல் கோட்பாடுகளும் நியதிகளும், உத்திகளும் சின்னத்திரை, குறுவட்டு போன்ற நவீன தொழில்நுட்ப உபகரணங்கள் தோன்றுவதற்கு முன்பே உருவானவை என்பதை நினைவில் கொள்ள வேண்டும். சினிமாவின் அழகியல் நியதிகள் பெரிய திரைக்கு ஏற்ப உருவானவை. பரந்த வெளிக்காட்சிகள் சிறிய திரையில் எடுபடா. எடுத்துக்காட்டாக, **கன்னத்தில் முத்தமிட்டால்** (2002) படத்தில் தெய்வம் தந்த பூவே என்ற பாடல் காட்சியில் விரிந்த கடற்புறம், கரையோரக் காட்சிப்படிமங்கள் திரையை நிரப்பி இருக்கும். இந்தப்பாடல் அந்த ஆண்டு தேசிய விருது பெற்றதற்கு இந்த எழிலார்ந்த காட்சிப்படிமங்களும் ஒரு முக்கியக் காரணம். அந்தப் பரந்த மணற்பரப்பின் அழகும் பிரமிப்பும் ஒரு சிறிய திரையில் தோன்றும் போது தொலைந்து விடுகின்றது. ஒரு கடற்கரையில் அந்நிகழ்வு நடக்கிறது என்று மட்டும் உணர முடியும். ஆனால் அந்தப் பாதிப்பு இருக்காது. இன்னொரு எடுத்துக்காட்டு. **பரதேசி** (2013) படத்தில் பரந்த

தாராபுரத்தில் உள்ள வசந்தா டாக்கீஸ் பேசாப்பட காலத்திலேயே கட்டப்பட்டது

வறண்ட நிலப்பரப்பில், தொடுவானத்தில் மக்கள் கூட்டமொன்று எறும்பு வரிசை போல, சட்டத்தின் ஒரு விளிம்பிலிருந்து அடுத்த விளிம்பு வரை நகரும் காட்சி உண்டு. இந்தக் காட்சிப்படிமங்களின் தாக்கம் சின்னத்திரையில் பார்க்கும்போது எடுபடாமல் போய் விடுகின்றது.

பாரம்பரியமாக, ஒரு திரைப்படத்தைப் பார்க்க நாம் ஒரு திரையரங்கிற்குச் செல்கின்றோம். அங்குக் கதவுகள் மூடப்பட்டு, புறவுலகு மறைக்கப்பட்டு, விளக்குகள் அணைக்கப்பட்டு, கண்கள் திரையில் பதிய, அமைதி சூழ, வேறு உறுத்தல் ஏதுமின்றி இருளில் படத்தைப் பார்க்கின்றோம். நம் புலன்களுக்கு வேறு சீண்டல் ஏதும் இல்லாமல் நமது கவனம் திரையில் பதிகின்றது. திரையில் ஓடும் படத்துடன் நாம் ஒன்றிப் போகின்றோம். நம்மைச் சூழ்ந்திருக்கும் இருள், நமது கவனம் சிதறாமல் திரையில் பதிவது, இவையே இந்த அனுபவத்தின் முக்கியப் பரிமாணங்கள். திரையில் தோன்றும் படத்தையும், அது சார்ந்து எழும் ஒலியை மட்டுமே நாம் உள்வாங்குகின்றோம் நமது சினிமா அனுபவம் ஆழ்ந்ததொன்றாக அமைகின்றது. திரையரங்கின் இருளின் அநாமதேயத்தில் நாம் சிரிக்கலாம், அழலாம். மற்றவர்கள் பார்த்து விடுவார்களே என்று நாம் நம் உணர்ச்சிகளைக் கட்டுப்பாட்டில் வைத்திருக்கமுயல வேண்டியதில்லை.

இயக்குநர் உருவாக்கிய அந்தக் கனவுலகில் நாம் நுழைந்து, அவர் உருவாக்கியிருக்கும் கதாபாத்திரங்களுடன் சஞ்சரிக்கின்றோம். கதாபாத்திரங்கள் உலவும் அதே வெளியில் நாமும் உலவுகின்றோம். **கன்னத்தில் முத்தமிட்டால்** படத்தில் அந்தத் தனுஷ்கோடி மணற்பரப்பில் தாய், மகளுடன் நாமும் இருக்கின்றோம். ஓடுகின்றோம். பாடுகின்றோம். கதாபாத்திரங்கள் நடமாடும் வெளியை நாம் பகிர்ந்துகொள்கிறோம். இந்த உணர்வுதான் திரையரங்கில் சினிமா பார்ப்பதின் முக்கிய அம்சம். இந்த உணர்வு பார்வையாளருக்கும் கதாபாத்திரங்களுக்கும் ஒரு நெருக்கத்தை ஏற்படுத்துகின்றது. அதிலும் மிக அண்மைக்காட்சிகள் (close-up shots) பார்வையாளருக்கும் நடிகருக்குமிடையேயான நெருக்கத்திற்கு உதவுகின்றன. இந்த ஒரு – வழி நெருக்கம்தான் விசிறிகள் உருவாவதற்கும், நட்சத்திரங்கள் உருவாவதற்கும் அடிப்படை. ஒரு நட்சத்திரத்துடன் மிகவும் நெருங்கியிருப்பது போல விசிறி உணர்வார். ஆனால் அந்த நட்சத்திரத்திற்கு அவர் யாரென்றே தெரியாது. இந்த நெருக்கம், உறவு திரையரங்கத்தில் படம் பார்க்கும் அனுபவத்தில் உருவாகும் ஒன்று.

அதிலும் எந்தக் குறுக்கீடும் இல்லாமல் முழுத் திரைப்படத்தை ஒரேமூச்சில் பார்ப்பது இந்த அனுபவத்தை ஆழமானதாக்கும்.

வெளிநாடுகளில் இண்டெர்வெல் எனும் குறுக்கீடு இல்லாமல் படம் திரையிடப்படுகின்றது. நம் நாட்டிலும் திரைப்பட விழாக்களில் திரையிடுதலில் எந்த விதமான குறுக்கீடும் இருக்காது. இருந்தால் படம பார்க்கும் அனுபவம் சிதைக்கப்பட்டு விடுமே. வீட்டிலிருந்து குறுவட்டு மூலம் படத்தைப் பார்க்கும் போது, அந்தச் சினிமா உலகத்தினுள் நாம் நுழைவதில்லை. கூட இருப்பவர்களுடன் பேசிக்கொள்கிறோம். தொலைபேசி அவ்வப்போது அழைக்கின்றது. இப்படிப் பல இடையூறுகள் நடுவே படத்தையும் பார்க்கின்றோம். நாம் வெளியிலிருந்து அதைப் பார்க்கிறோம்.

இந்த இடையூறுகள் சினிமாவின் முக்கியப் பரிமாணமான ஒலியின் தாக்கத்தைச் சிதைக்கின்றன. சொல்லப் போனால் ஒலியின் பாதிப்பே இல்லாமல் போய் விடுகின்றது. வீட்டிலிருக்கும் நம்மைச் சுற்றியுள்ள பல சத்தங்கள், தெருவோசைகள், நம்மை படம் பார்க்கும் அனுபவத்திலிருந்து அன்னியப்படுத்துகின்றன. நமக்காக இயக்குநர் உருவாக்கும் உலகின் பாதிப்பு ஆழமாக அமைய ஒலி மிகவும் முக்கியம். புறவுலகு நம்மைச் சூழ்ந்திருப் பதைப் போல பிரமையைத் தோற்றுவிக்கின்றது. தான் வேலை செய்யும் படங்களில் சுற்றுப்புற ஒலிக்கு மிகவும் முக்கியத்துவம் கொடுப்பதாகக் கூறும் ஆஸ்கார் விருது பெற்ற ஒலிப்பதிவாளர் ரசூல் பூக்குட்டி ஒலி பார்வையாளனின் ஆழ்மனதை (subconscious) பாதிக்கின்றது என்று **(Deep Focus Cinema Nov.2014)** கூறியிருக்கின்றார். திரையில் மலையோடை ஒன்று காட்டப்படும் போது நீரின் சலசலப்பு நமக்குக் கேட்டால்தான் ஓடை உயிர் பெறுகின்றது. வீட்டில் படம் பார்க்கும் போது இத்தகைய ஒலிகள் சிதைகின்றன. ஒரு கடற்கரைக் காட்சியில் அலையோசையை நாம் கேட்க முடிவதில்லை. இயக்குநர் வுடி ஆலன் தன் படம் ஒன்று வெளியிடப்படும் முன் நியூயார்க் நகரில் திரையரங்குகளுக்குச் சென்று ஒலி உபகரணங்கள் தரமாக இருக்கின்றனவா என்று பரிசோதித்து விட்டுத்தான் பட வெளியீட்டை அனுமதிப்பார்.

அது போலவே ஒளியூட்டத்தையும் (lighting) நாம் சின்னத்திரை யில் உணர முடிவதில்லை. **அவள் அப்படித்தான்** படத்தில் இயக்குநர் கதாபாத்திரங்களின் அடிமனதின் உணர்வுகளைக் காட்ட ஒளியூட்டத்தை அருமையாகப் பயன்படுத்தியிருந்தார். சின்னத்திரையில் அது கண்டுகொள்ளப்படாமலேயே போய் விடுகின்றது. ஒரு கதாபாத்திரத்தின் உணர்வுகள் முகத்தில் பிரதிபலிப்பதை நாம் சின்னத்திரையில் இழக்கக் கூடும். **Lunch Box** படத்தைப் பார்த்தவர்களுக்கு இது எளிதாக விளங்கும். இயக்குநர் ஒரு சட்டத்திற்குள் (frame) பல விவரங்களைக்

காட்டும்போது அவை சின்னத்திரையில் தோன்றும் போது பார்வையாளரால் கவனிக்கப்படாமல் போவது உண்டு.

ஆனால் விமரிசனம் செய்ய அல்லது ஆய்வு செய்ய ஒரு படத்தைப் பார்க்க வேண்டியிருந்தால் குறுவட்டு நல்ல வசதியான உபகரணமாக அமையும். ஒரு காட்சிப்படிமத்தை 'உறையவைத்து' அதைக்கூர்ந்து அவதானிக்க முடியும். ஒரு காட்சியை மறுபடியும் ஓடவிட்டுப் பார்க்க முடியும். ஆனால் சினிமாவை அனுபவிக்க, அதன் ஆழத்தை உணர, பெரிய திரையும் இருண்ட அரங்கும் அவசியம். வீட்டில், சிறிய திரையில் நாம் பார்க்கும் திரைப்படத்தைப் புலனளவில் மட்டுமே நாம் எதிர்கொள்ள முடிகின்றது. அது ஒரு அந்நியப்படுத்தப்பட்ட அனுபவமாக அமைந்து விடுகின்றது. அந்த அனுபவத்தின் பேரில் அந்தப் படத்தை விவாதிப்பது நியாயமில்லை என்று நினைகின்றேன்.

காலச்சுவடு, மார்ச் 2015

4

நினைவேக்கம்: தமிழ்ச்சினிமாவின் ஒரு பரிமாணம்

பல ஆண்டுகளுக்கு முன் லண்டனுக்கு ஏர் இந்தியா விமானத்தில் பயணித்த போது, விமானத்தின் இசைத் தொகுப்பில் தமிழ்ச் சினிமாப் பாட்டுகள் எவை எவை இருக்கின்றன என்று பார்த்துக்கொண்டிருந்தேன். அப்போதெல்லாம் வான்பயணங்களில் சினிமா பார்க்கும் வசதி கிடையாது. பயணிகளுக்கு ஒலிவாங்கிகள் விநியோகிக்கப்படும். அதைக் காதில் மாட்டிக் கொண்டு நமக்குக் கொடுக்கப்படும் கையேட்டிலிருந்து பிடித்த பாடல்களைத் தேர்ந்தெடுத்துக் கேட்டுக் கொள்ளலாம். நான் பயணித்த அந்த வானூர்தியில் ஐம்பது, அறுபதுகளில் வெளியான படங்களிலிருந்து பாடல்கள் தொகுப்பட்டிருந்தன. பீம்சிங்கின் 'பா' வரிசைப் படங்களுடன், **மங்கையர் திலகம், விஜயபுரி வீரன், மாயாபஜார்** போன்ற திரைப்படங்களின் பாடல்களும் இருந்தன. வயதானவர்களுக்கு நினைவேக்கத்துடன் (nostalgia) உள்ள ஈர்ப்பை உணர்ந்த ஒருவர் அந்தப் பாடல்களைத் தொகுத்திருந்தார் என்று அறிய முடிந்தது. அவரைப் பற்றிய ஒரு சிறு குறிப்பும் கையேட்டில் இருந்தது. நம்மூர்க்காரர்தான்.

மாயாபசார் (1957), நினைவில் நிற்கும் பாட்டுகள்

நினைவேக்கம் என்பது கடந்த காலம் சார்ந்த ஒரு உணர்வு நிலை. பரவசமான அனுபவம் சார்ந்த உணர்வை நினைவூட்டுவ தால் இனிமையாகவும், மறுபடியும் திரும்பப் பெற முடியாத ஒன்று என்பதால் ஒரு இழப்பு உணர்வும் சேர்ந்து சோகம் இழையோடும் மனநிலை. உறைந்து போன உணர்வுகள் மேலெழுந்து வரும் நிலை. ஒரு இலக்கியப் படைப்பின் மூலம் இது தூண்டப்படலாம். நாம் சிறுவயதில் சாப்பிட்ட, இப்போது அரிதாகி விட்ட, ஒரு தின்பண்டம் கூட நினைவேக்கத்திற்குக் காரணமாகலாம். (இந்தக் கட்டுரையில் நம் கவனிப்பிற்குத் திரைப்படப் பாடல்களை மட்டும் எடுத்துக்கொள்ளலாம்.)

இசைக்கும் நினைவேக்கத்திற்கும் உள்ள பிணைப்பைப் பற்றி உளவியல் நோக்கில் சில ஆய்வுக் கட்டுரைகள் எழுதப்பட்டுள்ளன. உளவியலாளர் டேனியல் லெவிட்டின் இப்பொருள் பற்றி This Is your Brain on Music: The Science of Human Obsession என்ற நூலை எழுதியுள்ளார். ஒரு மனிதரின் வாழ்வில் 12 முதல் 22 வயது வரை உள்ள காலகட்டத்தில்தான் இசையின் தாக்கம் அதிகம் ஏற்படுகின்றது என்கிறார். இந்த சில ஆண்டுகள்தாம் நம் நினைவேக்கத்தின் அடித்தளமாக அமைகின்றன. அப்போது நம்மை ஈர்க்கும் இசை அல்லது பாட்டு மனதில் ஆழப்படிந்து விடுகின்றது. அந்தக் காலத்தின் அனுபவமும், அது தொடர்பான உணர்வுநிலையும் அந்த இசையுடன் சேர்ந்து நம் ஆழ்மனதில் உறைந்து விடுகின்றது. ஏன் அந்தக் காலகட்டத்தில் மட்டும்? அந்தச் சமயத்தில்தான் வளரிளம் பருவம் கடந்து மனித ஆளுமை

வளர்ச்சி அடைந்து முழுமை அடைகின்றது. பதின்பருவத்திலிருந்து வளர்ந்து முதிர்ந்த மனிதராகும் பருவம். வாழ்க்கையைப் பற்றிய ஒரு எதிர்பார்த்தல், கனவுகள், ஆழ்ந்த உணர்வுகள் சில சமயம் அலைக்கழிக்கும் மனநிலை நிறைந்த காலகட்டம் இது. இத்தகைய வளர்ச்சியின் காலத்தில் இசை, இலக்கியம் இவற்றின் தாக்கம் ஆழமானதொன்றாக அமைகின்றது; நம் மனப்பதிவின் ஒரு பகுதியாக உறைந்துவிடுகின்றது.

அது மட்டுமல்ல. நம் இளவயது ஆண்டுகளில் உடல் உறுதியாகவும், புலன்கள் முழு இயல்புடன் வளமாக இயங்கிக் கொண்டும் இருக்கின்றன. பணி, குடும்பம், குழந்தைகள் போன்ற கரிசனங்கள் வந்து சேராத சமயம். உடல் உபாதைகள் எதுவும் இல்லை. ஆகவே அந்தக் காலத்தைச் சார்ந்த எல்லாமே இன்றை விட நன்றாக, சிறப்பாக இருந்தது போன்ற ஒரு பிரமை உருவாகின்றது. ஆனால் உண்மையில் நாம்தான் இன்றிருப்பதை விட அன்று நன்றாக இருந்தோமே தவிர அந்தக் காலம் அல்ல. அப்போது நாம் கேட்ட திரைப்பாடல்களை, இன்று கேட்கும்போது அந்தக் கடந்த கால மனநிலை நினைவூட்டப்படுகின்றது. சிலர் இவ்வுணர்வை நீட்டித்து, அந்தக் காலத்துப் பாடல்கள்தான் சிறப்பாக இருந்தன என்றும், அந்தக் காலத்துத் திரைப்படங்களைப்போல் இன்றுள்ள படங்கள் இல்லை என்றும் வாதிடுவதைக் கேட்கலாம். அமெரிக்க இயக்குநர் எல்லிஸ் ஆர். டங்கன் படங்களைப்பற்றிக் கரன் பாலி இயக்கிய **An American in Madras** (2013) என்ற ஆவணப்படத்தில் 70 வயது ரசிகர் ஒருவர் பழைய **அம்பிகாபதி** (1939) படத்தில் தியாகராஜ பாகவதரின் நடிப்பு, பின்னர் வந்த **அம்பிகாபதியில்** (1958) சிவாஜியின் நடிப்பை விடப் பிரமாதமாக இருந்தது என்றும், ஒப்பீடே இல்லை என்றும் உறுதியாகச் சொல்வதைக் காணலாம். தர்க்கரீதியாகத் தவறாக இருந்தாலும் "எனக்குப் பிடித்திருக்கின்றது ஆகவே அது உன்னதமானது" என்ற பிரமையை நினைவேக்கம் உருவாக்குகின்றது.

இங்கே திரைப்படப் பாடல்களின் இயல்பைச் சற்றுக் கவனிக்க வேண்டும். ஒரு சினிமாப்பாடல் தனியாக, கச்சேரியில் பாடப்படும் பாட்டைப் போல, கேட்பதற்காக மட்டும், தனிக்கேளிக்கையாக, உருவாக்கப்படுவதில்லை. திரையில் தோன்றும் காட்சி பிம்பங்களுடன் சேர்ந்து, பார்த்து கேட்பதற்காக, அந்தக் காட்சிகள், சார்ந்து உருவாக்கப்படுவது. கதையில் ஒரு நிகழ்வை, சூழலை மனதில் கொண்டு, படைக்கப்படுவது அப்பாடல். திரைக்கதையின் ஒரு தருவாயைச் சார்ந்தது. அது ஒரு தனியிருப்புக் கொண்ட கலை வடிவம் அல்ல. அடிப்படையில்

அது வெண்திரையில் தோன்றும் பிம்பங்களைச் சார்ந்து உருவாகும் ஒரு நிகழ்கலை.

அது கட்புல ஊடகம் ஒன்றின் ஒரு கூறு. ஒரு applied art. அசையும் காட்சிப்பிம்பங்களுடன் உள்வாங்கப்படுவது. அந்தப் பாடல்கள் சில உணர்வுகளுடன் பின்னிப்பிணைந்திருப்பதற்கு இந்தத் திரைப் பிம்பங்களின் தாக்கமும் ஒரு காரணம். சினிமாப்பாடல்கள் நினைவேக்கத்தைத் தூண்டுவதும் இதனால்தான். படம் வந்து, ஓடி முடிந்த பின்பும் அப்பாடல்களைத் தனியாகவும் கேட்க முடிகின்றது. பண்பலை, வானொலி, குறுந்தட்டு, தொலைக்காட்சி போன்ற சாதனங்கள் சினிமாப்பாடல்களுக்கு ஒரு தனித்த அந்தஸ்தைப் பெற்றுத் தந்துள்ளன. ஒரு மாபெரும் தொழிலாக அது உருவெடுத்துள்ளது. அது வேறு விஷயம்.

1000 தலைவாங்கி அபூர்வ சிந்தாமணி. எஸ். வரலட்சுமி, வி.என். ஜானகி, எம்.ஆர். சுவாமிநாதன்.

சினிமாவிலும் திரையிசையிலும் ஒரு பரந்த, பெரிய சந்தையை நினைவேக்கம் உருவாக்கியிருக்கின்றது. பழைய படங்கள் புதுப்பிக்கப்பட்டுக் குறுந்தட்டு வடிவில் விற்பனையாகின்றன. தியாகராஜ பாகவதரைப்பற்றியும், மற்ற அந்தகாலத்து நடிகர்களைப்பற்றியும் புத்தகங்களும் குறும்படங்களும் வருகின்றன. குண்டன்லால் சைகல், சுரையா இவர்களின் பாட்டுக்கள் ஏராளமாக விற்பனையாகின்றன. சென்னையில் சில ஆண்டுகளுக்கு முன் சினிமா ஆர்வலர் சர்வேஸ்வரன் அவ்வப்போது

பழைய படங்களை நடிகர் சங்கத் திரையரங்கில் திரையிடுவார். நூறு பேர் கூடுவார்கள். **ஆயிரம் தலை வாங்கி அபூர்வ சிந்தாமணி** *(1947)* போன்ற படங்களை இங்கு நான் பெரிய திரையில் பார்த்திருக்கின்றேன். டி.வி. குமுதினி, சுந்தரிபாய் போன்ற பழம்பெரும் நடிகைகள் இத் திரையிடல்களுக்கு வருவதுண்டு. காட்சிக்குப்பின் சுவையான கலந்துரையாடலும் நடக்கும்.

அமெரிக்காவில் ஒவ்வொரு கிறிஸ்மஸ் அன்றும் ஹம்பிரி போகார்ட், நடித்த **ஆஃப்ரிக்கன் க்வீன்** *(1951)* படம் தொலைக்காட்சியில் காட்டப்படுகின்றது. கிறிஸ்மஸ் நாளில் கேக் சாப்பிடுவது போன்று இதுவும் ஓர் பாரம்பரியமாக ஆகிவிட்டது. Turner Classic Movies *(TCM)* என்ற நிறுவனம் பழைய படங்களைப் புதுப்பித்து, குறுந்தட்டு வடிவில் விற்பனை செய்கின்றது. (சில ஆண்டுகளுக்கு முன் *TCM* படங்களை இந்தியத் தொலைக்காட்சியில் பார்க்க முடிந்தது. இப்போது ஏனோ நிறுத்தப்பட்டு விட்டது.) நியூயார்க் நகரில், 42ஆவது தெருவில் பழைய திரைப்படங்கள் சார்ந்த பொருட்களுக்கென்று Cinemablia என்ற பெயர் தாங்கிய ஒரு கடை இருக்கின்றது. இக்கடையின் அடிப்படையே சினிமா சார்ந்த நினைவேக்கம்தான். இங்கே பழைய சினிமா போஸ்டர்கள், துண்டுப்பிரசுரங்கள், அரிய சினிமா சஞ்சிகைகள், நிலைப்படங்கள் கிடைக்கின்றன. கிரிகொரி பெக், மார்லின் மன்ரோ போன்ற உங்கள் அபிமான நடிகரின் படம் போட்டு உங்களது கிறிஸ்துமஸ், புதுவருட வாழ்த்தட்டைகள் அச்சடித்துக் கொள்ளலாம். நான் இக்கடையிலிருந்து சார்லி சாப்ளினின் The kid படப் போஸ்டர் ஒன்றைப் பத்து டாலருக்கு வாங்கி வந்தேன்.

நினைவேக்கத்தில் திளைக்க, பழைய பாடல் விரும்பிகளுக்கு ஒரு பெரிய வரப்பிரசாதமாக இன்று இணைய தளம் தோன்றியிருக்கின்றது. இதற்கென்றே இணையதளத்தில் சில குழுக்கள் இருக்கின்றன. பாடல் எழுதியவர்களைப்பற்றியும் இசை அமைத்தவர்கள் பற்றியும் அருமையான பதிவுகளைப் படிக்க முடிகின்றது. பல பத்தாண்டுகளாய்த் தேடிக்கொண்டிருந்த பாடல்கள் சிலவற்றை இக்குழு மூலம் இன்று கேட்க முடிகின்றது. இது இணையத்தால் நமக்குக் கிடைத்த, முன்பு இருந்திராத வசதி. தொழில் நுட்பத்தின் ஆசீர்வாதம். ஓய்வு பெற்ற பேராசிரியர் செக்காரக்குடி கந்தசாமிப் பிள்ளை, வேம்பார் மணிவண்ணன் போன்றோர் பழைய அரிய தமிழ்ப்பாடல்களை யூ ட்யூபில் பதிவேற்றிக் கொண்டிருக்கின்றனர். சில பாடல்களின் பதிவைத் தொடர்ந்து பின்னூட்டமாகச் சுவையான சொல்லாடலும் தொடர்கின்றது. இவர்களுக்கு ஒரு பெரிய ரசிகர் படையே இருக்கின்றது. **எதிர்பாராதது**

பக்த கௌரி (1941) யில் யு.ஆர். ஜீவரத்தினம்

(1956) படத்தில் வந்த ஏ.எம். ராஜா பாடிய *சிற்பி செதுக்காத பொற்சிலையே* பாடலை 15000க்கும் மேற்பட்டவர்கள் கந்தசாமியின் பதிவு மூலம் கேட்டிருக்கின்றார்கள் என்றறிய முடிகின்றது. இரண்டாண்டுகளுக்கு முன் இசைக்கலைஞர் ரகுநாத் பாணிக்கிரகி புவனேஸ்வரில் மறைந்த செய்தி வந்தது. அப்போது, ஐம்பதுகளில் சென்னையில் வசித்தபோது பின்னணிப் பாடகராக **அவள் யார்?** (1959) படத்தில் அவர் பாடிய 'நான் தேடும்போது நீ ஓடலாமோ' என்ற பாடலைச் சிலர் நினைவு கூர்ந்தனர். கிறங்க வைக்கும் அப்பாடல் சில மணி நேரங்களில் யூ ட்யூபில் வலையேற்றப்பட்ட போது பலர் பரவசமடைந்து தங்கள் மகிழ்ச்சியைத் தெரிவித்துக்கொண்டனர். சில பாடல்கள், சினிமாக் காட்சிகள் நம் வாழ்க்கையனுபவத்தின் ஒரு பகுதியை, சில கணங்களுக்கே என்றாலும், நம் அருகில் மறுபடியும் கொண்டு வருகின்றன. மீண்டும் பெற முடியாத அந்த நாட்களை இந்த நினைவுகள் ஞாபகப்படுத்துகின்றன. இந்தப் பிணைப்பு ஒரு தனிப்பட்ட அனுபவம். ஒருவரின் வாழ்க்கை அனுபத்தைச் சார்ந்திருக்கும். இசைக்குயில் யு.ஆர். ஜீவரத்தினம் **பக்த கௌரி** (1941) படத்தில் பாடிய "தெருவில் வாரான்டி... வேலன்... தேடி வரான்டி" என்ற பாடலை நான் எப்போவாவது கேட்டால் தராபுரத்தில் என் சிறுவயது நாட்கள், முட்புதர்க்காடு, குடைச்சீத்த மரம், அமராவதி நதி போன்ற பிம்பங்களுடன், நினைவிற்கு வரும்.

சினிமா கொட்டகை

நம் வாழ்வில் சில கணங்கள் உயிரோட்டம் மிக்கவை. பாதையில் கிடக்கும் பூக்கள் போன்றவை. அந்தச் சில இனிய தருணங்கள் நினைவேக்கத்தால் மீட்டெடுக்கப்படுகின்றன. எனக்கு நினைவேக்கம் தரும் பாடல் ஒன்று **கானல் நீர்** (1961) என்ற படத்தில் பானுமதி பாடியது. பாடும் வரிகளுக்கு உணர்ச்சியூட்டி நெஞ்சின் நரம்புகளைச் சுண்டியிழுக்கும் திறன் அவருக்குண்டு. கைம்பெண்ணான கதாநாயகி தனது பிரியத்தை அவனிடம் சொல்லலாமா வேண்டாமா, சொன்னால் ஏற்பானா என்று பல நாட்கள் தயங்கிக்கொண்டிருக்கும்போது ஒரு நாள் அவன் ஊரை விட்டுப் பயணித்துப் போய்விடுகின்றான். அப்போது அவள் ஏக்கத்துடன் பாடுகின்றாள்

வழி தேடி வந்தாய்/ புரியாமல் நின்றேன்/

புரிகின்ற வேளை/ பிரிவாகிச் சென்றாய்.

காலச்சுவடு, ஏப்ரல் 2016

5

தமிழ்ச் சினிமா: ஒரு கதைச்சுருக்கம்

தென்னிந்தியாவில் முதன்முறையாகச் சலனப்படம் ஒன்று மதராஸ் விக்டோரியா பப்ளிக் ஹாலில் காட்டப்பட்டபோது இது ஒரு அசுரசக்தியின் பிறப்பு என்று யாரும் அறிந்திருக்க வில்லை. சீக்கிரமே நகரின் சில இடங்களில் சாலையோரக் காட்சிகளாகப் படங்கள் காட்டப் பட்டன. மெக்னீஷிய விளக்கு ஒளியில் – நகருக்கு மின்சாரம் இன்னும் வந்திருக்கவில்லை – கையால் சுழற்றப்பட்ட புரொஜெக்டர் மூலம் ஐந்தாறு நிமிடங்கள் மட்டுமே ஓடிய துண்டுப்படங்கள், காட்சித்துணுக்குகள் போல, நுழைவுக் கட்டணத் துடன், திரையிடப்பட்டன.

இது ஒரு பொழுதுபோக்குச் சாதனமாக வளரும் என்ற எதிர்பார்ப்பு அன்று இல்லையென்றாலும் முதல் சில ஆண்டுகளில் திரைப்படக்காட்சிகள் ஒரு அதிசயம் போல மக்களால் எதிர்கொள்ளப்பட்டன. படங்கள் அசைகின்றனவே. மேலை நாடுகளிலிருந்து கதைப்படங்கள் வர ஆரம்பித்தபின் இக்காட்சிகளுக்கு நல்ல வரவேற்பு கிடைத்தது. நிரந்தரக் கொட்டகைகள் கட்டப்பட்டன. இன்றும் இருக்கும் எலெக்ட்ரிக் தியேட்டர்தான் முதன்முதலில் தென்னிந்தியாவில் கட்டப்பட்ட திரையரங்கம். அதையடுத்து வெங்கையா என்பவர் கெயிட்டி கொட்டகையை 1913இல் கட்டினார்.

படங்காட்டிகள்

சினிமாத் தொழிலுக்கு மூன்று பரிமாணங்கள் உண்டு. தயாரிப்பு (Production), விநியோகம்

(distribution), படங்காட்டுதல் (exhibition), இதில் படங்காட்டுதல் மூலம் தான் முதன் முதலாகத் தென்னிந்தியச் சினிமாத் தொழில் தோன்றியது. மனைவியின் வைர மாலையை விற்றுச் சாமிக்கண்ணு வின்சென்ட் ப்ரெஞ்சுக்காரர் டுபான் (Dupont)இடமிருந்து, 2500 ரூபாய்க்கு ஒரு புரொஜெக்டரையும் சில துண்டுப்படங்களை யும் வாங்கினார். திருச்சியில் ஒரு கூடாரத்தில் படங்காட்ட ஆரம்பித்த அவர், பின்னர் திருவனந்தபுரம், மதுரை நகர்களில் முகாமிட்டு மதராஸுக்கு வந்து காட்சிகள் நடத்தினார். அங்கிருந்து வடக்கே சென்று பெஷாவர், லாகூர் பின்னர் லக்னவ் நகரங்களில் படக்காட்சிகள் நடத்திவிட்டு 1909இல் மதராஸ் திரும்பினார். அங்கே எஸ்பிளனேடில் (இன்றைய பாரிஸ் அருகே) கூடாரம் போட்டுச் சலனப்படங்களைத் திரையிட்டார். இதே காலகட்டத்தில் வெங்கையா, செல்லம் செட்டியார் போன்ற படங்காட்டிகள் இயங்கிக்கொண்டிருந்தார்கள்.

சென்னையிலிருக்கும் போது சினிமாத் தொழிலை இங்கு நிறுவ ஒரு முக்கியமான அடி எடுத்து வைத்தார். புரொஜக்டர் களை இறக்குமதி செய்து விற்க ஆரம்பித்தார். இதனால் புதிய திரையரங்குகள் வர ஏதுவாயிற்று. பின்னர் கோயம்புத்தூர் சென்று வெரைட்டி ஹால் என்ற பெரிய திரையரங்கு ஒன்று கட்டியதல்லாமல் **வள்ளிதிருமணம்** (1933) போன்ற தமிழ்ப் பேசும்படங்களையும் தயாரித்தார்.

படைப்பாளிகள்

இந்தியாவில் பல இடங்களில் படங்காட்டிகள் பயணித்துக் கொண்டிருந்த காலகட்டத்தில், சென்னையில் ஆர். நடராஜ முதலியாருக்குப் படம் தயாரிக்கும் கனவு வந்தது. வெளி நாட்டுப்படங்களே திரையிடப்பட்டுக் கொண்டிருந்த காலத்தில் இந்தியா பிலிம்ஸ் என்ற ஸ்டுடியோவைக் கீழ்ப்பாக்கத்தில் நிறுவி 1916இல் **கீசகவதம்** என்ற படத்தை உருவாக்கினார். இதுதான் முதல் தமிழ்ப்படம். கதாபாத்திரங்கள் தமிழில் தான் பேசினார்கள். ஒலித்தடம் இல்லாததால் அவர்கள் பேச்சு திரையில் எழுத்து உருவில் விவரண அட்டைகள் (title cards) – சார்லி சாப்ளினின் **Gold Rush** போன்ற படங்கள் போல – மூலம் காட்டப்பட்டன. ஒன்றன்பின் ஒன்றாகப் பல படப்பிடிப்புத் தளங்கள் சென்னையில் நிறுவப்பட்டன. அதில் பெரியதும் அதிகமான படங்களைத் தயாரித்ததும் ஏ. நாராயணன் உருவாக்கிய ஜெனரல் பிக்சர்ஸ் கார்ப்பரேஷன். ஏறக்குறைய நூறாண்டுகள் காலனி ஆதிக்கத்தில் உழன்று கொண்டிருந்த ஒரு சமூகத்தில் ஒரு புதிய நிகழ்கலை தோன்றியது.

7

மார்த்தாண்டவர்மனில் ஒரு காட்சி

தென்னிந்திய சினிமாவின் மௌனப்படகாலம் 16 ஆண்டுகள் நீடித்தது. 124 படங்கள் வெளிவந்திருந்தாலும் ஒன்றைத்தவிர (மார்த்தாண்டவர்மன் 1931) மற்ற எந்தப்படங்களும் எஞ்சவில்லை.

பிறகு ஒலி வந்தது

ஒலி வந்தபின் சினிமாவின் வீச்சு பெருகியது. மளமளவென்று சினிமா அரங்குகள் எழுந்தன. எல்லா மக்களுக்கும் பொதுவான, யாவரும் சேர்ந்து அனுபவிக்கக்கூடிய ஒரு ஜனநாயப் பொழுதுபோக்கு உருவானது. இதுவே ஒரு பெரிய சமுதாயப் புரட்சி. ஜாதி, சமயம், வகுப்பு, இனம் என்ற பாகுபாடுகளைத் தாண்டி ஒரே கூரையின் கீழ் எல்லா மக்களும் கூடக்கூடிய ஒரு முதல் இடமாக சினிமா அரங்கு உருவானது.

நமது கலைகளில் சினிமாவின் ஆரம்பம் பற்றி மட்டுமே நமக்கு ஓரளவு தெரியும். பேசும்படம் தோன்றியபின் பாட்டு, வாய்ப்பேச்சு என்ற பாரம்பரியத்தைத் தமிழ்ச் சினிமா திரையிலும் தொடர்ந்தபோது அதற்கென சில அடையாளங்கள் உருவாயின.

இங்கே நாம் மனதில் கொள்ளவேண்டியது என்னவென்றால் தமிழ்பேசும்படம் அதன் மௌன சகாப்தத்தின் தொடர்ச்சியாக

இருக்கவில்லை. இங்கிலாந்து, பிரான்ஸ், ஜெர்மனி போன்ற நாடுகளில் சலனப்படங்களிலிருந்து பேசும்படம் பரிணாம வளர்ச்சியடைந்தது. ஆனால் இங்கேயோ 16 வருட சலனப்படப் பாரம்பரியத்தை விட்டுவிட்டு, பாட்டு, நடனம், இசையமைப்பு, பாடும் நடிகர்கள் இவர்களைக்கொண்ட கம்பெனி நாடகப் பாரம்பரியத்தைத் திரை ஸ்வீகரித்துக் கொண்டது. ஆரம்பகாலத் தமிழ் பேசும் படங்கள் படமாக்கப்பட்ட நாடகங்களே. சினிமா எனும் கலை தனித்தன்மை, தனி இயல்புகளுடன் வளர்வது தடுக்கப்பட்டது. இந்நிலையிலிருந்து விடுபடப் பல பத்தாண்டுகள் ஆயின. பேசும் படம் தோன்றி முதல் ஐந்து ஆண்டுகள் தமிழ்ப் படங்கள் பம்பாய், கல்கத்தா, புனா, கோலாப்பூர் போன்ற நகரங் களில் தயாரிக்கப்பட்டன. நாடகக்கம்பெனிகளின் நடிகர்கள், ஒரு குழுவாக இந்த ஊர்களுக்குச் சென்று சீக்கிரமே படத்தை முடித்தனர்.

தமிழ்நாட்டில் ஜெமினி, ஜூபிடர், ஏ.வி.எம் போன்ற ஸ்டுடியோக்கள் நிறுவப்பட்ட பின்னர் படத்தயாரிப்புத் தொழில் வெகுவேகமாக வளர ஆரம்பித்தது. தொடர்ந்த சில பத்தாண்டு களில் தமிழ்ச் சினிமா பெரும் வளர்ச்சி கண்டு உலகின் ஒரு முக்கியமான சினிமாவாக உருவானது.

இந்தி, தெலுங்கு சினிமா போலவே தொடக்க கால தமிழ்ப்படங்களும் பாட்டுகள் நிறைந்த புராண கதைகளாகவே இருந்தன. இது கம்பெனி நாடகப் பாரம்பரியத்தின் தொடர்ச்சி. பேசும்படம் வந்து சில ஆண்டுகளிலேயே சினிமாப் பாட்டு ஏறக்குறைய ஒரு தனிக் கலையாக வளர்ந்து மக்களிடையே சினிமாவின் பிடிப்பை இறுக்கமாக்கியது. கிராமபோன் தட்டுகளும், மக்கள் வாங்கக்கூடிய விலையில் கிடைத்தன. கிராமபோன் களும் சினிமாப் பாட்டுகளைப் பிரபலப்படுத்தின. சினிமாக் கலாசாரத்தின் ஒரு முக்கியக் கூறாகப் பாட்டு உருவானது. இன்று மேலை நாடுகளில் பாப் இசை இருக்கும் இடத்தில் தமிழகத்தில் சினிமாப்பாட்டுகள் இருக்கின்றன.

சுதந்திரம் வந்தபின் கிராமப்புறங்களுக்கு மின்சாரம் பரவியதோடு அங்கு சினிமாவும், நம் நாட்டிற்கே உரித்தான டூரிங் டாக்கீஸ் எனும் உத்தியுடன் செல்ல முடிந்தது. 1950களில் திரைப்படம் தமிழகத்தில் நன்கு பரவி மக்களின் வாழ்வில் ஒன்றாகக் கலந்து விட்டது. சா. கந்தசாமி கூறியது போலத் தமிழரின் கவனத்தை முற்றிலுமாக ஈர்த்துக்கொண்டிருப்பவை மூன்று கூறுகள் சினிமா, மதம், அரசியல் என்ற வரிசையில். தமிழ்நாட்டில் உருவான அரசியல், சமூக இயக்கங்கள் சினிமாவைப் பாதித்தன. சினிமாவும் இந்த

இயக்கங்களின் கரிசனைகளைப் பிரதிபலிக்க ஆரம்பித்தன. தமிழ்நாட்டின் சினிமா – அரசியல் ஊடாட்டம் மேலை நாட்டுக் கல்விப்புல ஆய்வாளர்களை ஈர்க்க ஆரம்பித்து. இதில் முதலில் ஆர்வம் காட்டியவர் ராபர்ட் ஹார்ட்கிரேவ். சிகாகோ பல்கலைக்கழகத்தில் ஏ.கே. ராமனுஜனின் மாணவராக இருந்த போது இந்த ஈடுபாடு ஏற்பட்டது.

சினிமாவும் அரசியலும்

தமிழ் பேசும் படம் தோன்றியதும் நாடகக் கம்பெனிகளிருந்த கலைஞர்கள் பெருமளவில் சினிமா உலகிற்குப் புலம் பெயர்ந்தனர். 1919 ஆண்டு நடந்த பஞ்சாப் படுகொலை என்றறியப்பட்ட ஜாலியன்வாலா பாக் நிகழ்வு நாடெங்கும் ஏற்படுத்திய அதிர்வு நாடகக்கலைஞர்களை சுதந்திரப்போராட்டதிற்குள் கொண்டு வந்திருந்தது. பத்தாண்டுகளுக்குப் பின்னர் அவர்கள் சினிமா ஸ்டுடியோக்களுக்கும் நுழைந்தபோது தங்களுடன் கூடவே அந்த அரசியல் சிந்தாந்தத்தையும் பிரச்சார முறைகளையும் தேசிய ஈடுபாட்டையும் கொண்டு வந்தனர்.

தமிழகத்தில் சுதந்திரப் போராட்டக் காலத்தில் சினிமாக் கலைஞர்கள் இரண்டு வகையில் தங்களை அரசியலில் ஈடுத்திக்கொண்டார்கள் திரையின் மூலம் தேசீயக் கருத்துகளைப் பரப்புவது. இரண்டாவது நடிகர்கள் நேரிடையாக அரசியலில் ஈடுபடுவது. இத்தைகைய பிணைப்பை ஊக்குவித்தவர்

மாத்ருபூமி

சத்தியமூர்த்தி. கலைஞர்கள் யாவரையும் காங்கிரஸுக்குள் கொண்டு வந்து அவர் ஆதரவு காட்டினார். தமிழ்ச்சினிமாவின் சகல பரிமாணங்களையும் அரசியலுக்கு முதலில் பயன்படுத்தியது காங்கிரஸ்தான். தமிழ்நாட்டில் சினிமா – அரசியல் தொடர்பு இவ்வாறுதான் ஆரம்பித்தது.

1937 முதல் 1939 வரை, ராஜாஜி முதல்வராக, மதராஸ் ராஜதானியில் காங்கிரஸ் ஆட்சி அமைந்தபோது தணிக்கை முறை நடைமுறை இல்லாத நிலையில் பல பிரச்சாரப்படங்கள் வெளியாயின. **தியாக பூமி, தேசமுன்னேற்றம், மாத்ருபூமி** என. எந்தப்படமும் அவை வெளியான போது தடை செய்யப்பட வில்லை. எந்தக் காட்சியும் கத்தரிக்கப்படவுமில்லை. **மாத்ருபூமியில்** வந்த *நமது ஜென்ம பூமி நமது ஜென்ம பூமி* பாட்டு வெகு பிரபலமாகி பள்ளிகளில் பாடப்பட்டது.

கே.பி. சுந்தரம்பாள் போன்ற பல சினிமா நடிகர்கள், காங்கிரஸ் கட்சிக்குத் தங்களது ஆதரவைத் தந்து நேரிடை அரசியலில் ஈடுபட்டனர். 1937 பொதுத்தேர்தலில் சுந்தராம்பாள், மற்ற பல நடிகர்களுடன் காங்கிரஸுக்காகப் பிரச்சாரத்தில் ஈடுபட்டார். 1958இல் காங்கிரஸ் ஆதரவில் மேல்சபையில் இடம் பெற்ற இவர்தான் நாட்டிலேயே முதன்முதலில் சட்டசபைக்குள் நுழைந்த திரைப்பட நடிகர்.

மேஜர் சந்திரகாந்த்

சத்தியமூர்த்தி 1943இல் மறைகிறார். சினிமாக் கலைஞர்கள் சரியான தலைமையில்லாமல் இருந்தனர். அந்த மாபெரும் சக்தியை அன்றைய திராவிட இயக்கத் தலைவர்கள் அண்ணதுரை, கருணாநிதி போன்றார் உணர்ந்து பயன்படுத்திக்கொண்டார்கள். அவர்களும் சினிமாவில் வசனகர்த்தாக்களாக இயங்கினர். ஆனால், பெரியார், சினிமாக்காரர்களைத் தொடர்ந்து தாக்கிக் கொண்டிருந்தார். கலைஞர்களைக் கூத்தாடிகள் என்று இகழ்ந்த காமராஜர் கூட 1967 தேர்தலில் சிவாஜியின் உதவியை நாட வேண்டி வந்தது.

எம்ஜிஆர் மர்மயோகியில்

திராவிட முன்னேற்றக்கழகம் சினிமாவில் ஈடுபாடு கொண்டபின், பல கலைஞர்கள் கழகத்தில் இணைந்தனர். கே.ஆர். ராமசாமியும் என்.எஸ். கிருஷ்ணனும் திமுக விற்கு ஆதரவு கொடுத்தனர். எஸ்.எஸ்.ஆர், போன்ற நடிகர்கள் தேர்தலில் நின்று வெற்றி பெற்றனர். பெரிய அளவில் தன் பிரபலத்தைத் தி.மு.க பயன்படுத்திக்கொள்ள எம்.ஜி.ஆர் அனுமதி கொடுத்தார். கட்சியின் நிழல் போல செயல்பட்ட அவரது ரசிகர்கள் அனைவரும் அரசியல் ரீதியாக ஒரே கருத்துகளைக்

கொண்டிருந்தனர். அதனால்தான் எம்.ஜி.ஆர் தனிக்கட்சி ஆரம்பித்த போது ஒருமுகமாக அவரை ஆதரித்தனர். ஆனால் சிவாஜி கணேசன் 3000 ரசிகர் மன்றத்துடன் அரசியலில் ஈடுபட்டபோதும் எந்தத் தாக்கத்தையும் ஏற்படுத்த முடியவில்லை. எனினும் சினிமா நடிகர்கள் அரசியலில் செயல்படுவதும், திரை – அரசியல் ஊடாட்டமும் தொடர்கின்றன.

செல்லப்பிள்ளை (1955)யில் கே.ஆர். ராமசாமி, சாவித்திரி

அரசியல் நோக்கங்களுக்காகத் தயாரிக்கப்படும் சினிமாவிற்கும், அரசியல் சினிமாவிற்கும் உள்ள வேறுபாட்டை நாம் மனதில் கொள்ள வேண்டும். அரசியல் சினிமாவின் கதையில், உள்ளடக்கத்தில் அரசியல் சித்தாந்தம் அடங்கியிருக்கும். ஆகவே பாத்திரப்பேச்சு மூலம் பிரசங்கம் செய்யத் தேவையிருக்காது. **அவன் அமரன்** *(1955)*, **அக்கிரகாரத்தில் கழுதை** *(1977)*, **தண்ணீர் தண்ணீர்** *(1981)* போன்ற படங்களைக் கூறலாம். சினிமாவின் இயல்புகளை, கூறுகளை நன்கு உணர்ந்து அதைப் பயன்படுத்துபவர்களால்தான் அரசியல் சினிமாவை உருவாக்க முடியும்.

ரசிகர் மன்றங்கள்

நடிகர்களுக்கு ரசிகர் குழுக்கள் இயங்குவது மௌனப்படக் காலத்திலேயே தமிழ்நாட்டில் துவங்கிவிட்டது என்றாலும்

அறுபதுகளில் தான் அவை பரந்த அளவில் கட்டமைப்புடன் அரசியல் கட்சிகளின் நிழல் போலச் செயல்படத் தொடங்கின. அரசியல் – சினிமா ஊடாட்டத்தைத் தீர்க்கமாக்கின. அரசியலின் குதிக்கப் பல ரசிகர் மன்றப் பொறுப்பாளர்களுக்கு இந்த மேடை தோதாக வந்தது. எம்ஜிஆர் ரசிகர் மன்றத்திலிருந்து முசிரிறிப்புத்தன் சட்டசபைக்குள் நுழைந்தார். ஆனால் எல்லா மன்றங்களுக்கும் அரசியல் முனைப்பு இருக்கவில்லை. கமலஹாசனின் மன்றம் ரத்ததானம்போன்ற சமூகப் பணிகளில் ஈடுபடுகின்றது. விஜயின் மன்றம் உறுப்பினர்களிடையே மிமிக்ரி, பாட்டுப்போட்டி போன்று நடத்தி, வெற்றிபெற்றவர்களுக்கு விஜய்யுடன் ஒரு விருந்து உண்ணும் வாய்ப்பைப் பரிசாக அளிக்கின்றது. திரை நட்சத்திரங்கள் கிராமதேவதைகள் போல உருவாகியுள்ளனர். அவர்களைச் சுற்றித் தோன்றியுள்ள சம்பிரதாயங்களும் சடங்குகளும் இதை நினைவுபடுத்துகின்றன. ரஜனிகாந்தின் ஆளுயரக் கட்–அவுட் ஒன்றிற்கு அவரது விசிறிகள் பீர் அபிஷேகம் செய்த்து செய்தியாக வந்தது. இந்தப் பின்புலத்திலும் இது போன்று சாரக்கட்டுகள் இல்லாமல் நடிகர்களாகப் பிரகாசிக்க முடியும் என்று நிரூபிப்பது போல ஜெமினி கணேசன், சத்யராஜ், சிவகுமார் போன்ற நடிகர்கள் ரசிகர்மன்றங்களைத் தவிர்த்திருக்கின்றனர். இன்றும் பரத், ஆர்யா, விஜய்சேதுபதி போன்ற இளம் நடிகர்கள் மன்றங்களில்லாமல் இயங்குகின்றனர்.

பாத்திரப்பேச்சு

தமிழ்ச் சினிமாவின் ஒரு அடையாளம் பாத்திரப்பேச்சு மிகுந்திருப்பது. பேசுவதற்காகவே கதாபாத்திரங்கள் திரையில் தோன்றுவது போலிருக்கின்றது. நாடகங்களிலிருந்து வந்த இந்தப் பழக்கம் திராவிட இயக்கத்திலிருந்து திரைக்கு வந்த வசனகர்த்தாக்களின் அடுக்குமொழி உரையாடலால் அழுத்தம் பெற்றது. தங்கள் அரசியல் சிந்தாந்தங்களை விளக்கவும், சமுதாய அநீதிகளைச் சாடவும் பாத்திரப்பேச்சை–வசனத்தை– பயன்படுத்தினார்கள். இந்த நீண்ட வசனங்கள் ஒரு மேடைப்பேச்சின் பாணியில் அமைந்திருந்தன. காமிராக்கோணங்கள் கூட ஒரு பாத்திரம் சினிமாப்பார்வையாளர்களை நோக்கி ஒரு பிரசங்கம் பண்ணுவது போல அமைக்கப்பட்டிருந்தன. **பராசக்தி** *(1952)* இதற்கு நல்ல எடுத்துக்காட்டு. மக்களிடையே இத்தகைய வசனம் பெரும் வரவேற்புப் பெற்றது. பாத்திரப்பேச்சு புத்தகவடிவிலும் கிராமபோன் தட்டு வடிவிலும் வெளியிடப்பட்டது. வசனப் புத்தகங்கள் பெருமளவில் விற்பனையாயின. ஆனால் இம்மாதிரி யான வசனத்தால் சினிமாவின் இயல்பான மொழி வளராமல் இலக்கியத்தின் ஒரு கூறு போல உருவானது.

பராசக்தியில் பிரசித்தி பெற்ற கோர்ட் சீன்

நட்சத்திரப்போட்டி

ஐம்பதுகளிலிருந்து தமிழ்ச் சினிமாவின் இரு பெரும் நட்சத்திரங்களாக எம்ஜிஆர், சிவாஜி கணேசன் ஏறக்குறைய முப்பது ஆண்டுகள் கோலோச்சினார்கள். அரசியலிலும் சினிமாவிலும் அவர்களது போட்டி வெளிப்பட்டது. அவர்கள் இருவரை ஆதரித்துச் செயல்பட்டுக்கொண்டிருந்த ஆயிரக்கணக் கான ரசிகர் மன்றங்கள் அவர்களின் அரசியல் செயல்பாட்டிற்கும் கட்டட சாரங்களாக இயங்கின. எம்ஜிஆர் வாட்போர் உள்ளிட்ட சண்டைக்காட்சிகள் கொண்ட படங்களில் நடித்துப் புகழ் பெற்றார். **மர்மயோகி** (1951) இவ்வகைப்படங்களுக்கு ஒரு நல்ல எடுத்துக்காட்டு. சிவாஜி கணேசன், **பாசமலர்** (1962) போன்ற மிகையுணர்ச்சியுள்ள (*melodramatic*) சமூகப்படங்களில் கவனம் செலுத்தினார். இப்படங்களில். கதாபாத்திரங்களின் படைப்பு, கதையின் வடிவமைப்பு, இவை ஒரே மாதிரியாக இருந்தன. ஒரு விமர்சகர் எழுதினார்:

"இந்த இருபெரும் நட்சத்திரங்களின் கீழ் இருந்த ஒவ்வொரு ஆண்டிலும் தமிழ்ச்சினிமாவின் வரலாறு இந்த இருவரும் என்னென்ன படம் பண்ணினார்கள்? எந்தப்படம் அதிகப் பணம் குவித்தது என்பவைகள் தாம். அழகியல் என்ற பேச்சுக்கே இடமில்லை. ஏனென்றால் இங்கே பணவசூலுக்கு அடுத்தபடிதான் அழகியல்".

சபாக்களின் வரவு

தமிழ்ச் சினிமாவின் தொடக்ககாலத்தில் மேடைநாடகங்களை ஆதாரமாகக் கொண்டே படங்கள் எடுக்கப்பட்டன என்று கூறியிருந்தேன். 1960களின் நாடக உலகிலிருந்து ஏ.பி. நாகராஜன், கே.எஸ். கோபாலகிருஷ்ணன் போன்ற சில புதிய இயக்குநர்கள் மூலம் இன்னொரு பாதிப்பு தமிழ்த்திரைக்கு நீர்த்தாரை போல வந்து, முன்னமே தமிழ்ச்சினிமாவில் வேரூன்றிஇருந்த நாடகக்கூறுகளை உறுதிப்படுத்தியது. ஒரு நாடகக்கம்பெனியில் வாத்தியாராக இருந்த நாகராஜன், திரைப்படத்திற்குக் கதை வசனம் எழுதிப் பின்னர் **நல்ல இடத்து சம்பந்தம்** (1958) மூலம் இயக்குநராக அறிமுகமானார். இதைத் தொடர்ந்து பல புராணப்படங்களை இயக்கிப் பிரபலமானார். தனது படங்களில் முன்னாள் நாடக நடிகர்கள் பலரை நடிக்க வைத்தார். அவர் படங்களின் நாடகத்தன்மை இதனால் கூடியது. நவாப் ராஜமாணிக்கம் கம்பெனியில் பயின்ற கே.எஸ். கோபாலகிருஷ்ணன் இதே சமயத்தில் திரையுலகில் புகழடைந்தார். இந்த இரு இயக்குநர்களுமே நாடகக்கூறுகள் நிறைந்த, மேடை நாடக வடிவமைப்புக் கொண்ட திரைப்படங்களையே தயாரித்தனர். அவர்களது படைப்புகள் படமாக்கப்பட்ட நாடகம் போலவே இருந்தன. சித்திரம் தீட்டப்பட்ட படுதாக்கள் பின்புலமாகப் பயன்படுத்தப்பட்டன. படப்பிடிப்புத் தளத்தை விட்டு வெகு அரிதாகவே வெளியில் சென்று படமெடுத்தனர்.

சில ஆண்டுகளில் இன்னோரு தாக்கமும் திரையுலகிற்குள் வந்தது. தொழில்முறை சாரா சபா நாடகங்களில் வெற்றி பெற்ற பலர் சினிமாவில் நுழைந்தனர். எஸ்.வி. சகஸ்ரநாமம், (சேவா ஸ்டேஜ்), சோ (விவேக் ஃபைன் ஆர்ட்) மௌலி (நாடக ரசா) எஸ்.வி. சேகர் (நாடகப்பிரியா), விசு (விஸ்வசாந்தி) ஆகியோர் குறிப்பிடத் தக்கவர்கள். இவர்கள் முதலில் வசனகர்த்தாக்களாக வந்து, பின் இயக்குநர்களாகப் பரிணமித்தனர். அவர்கள் உருவாக்கிய பல வெற்றிப்படங்கள் மேடை நாடக அழகியலைச் சார்ந்தே இருந்தன. சினிமாவுக்கே உரிய சாத்தியக்கூறுகள், தனித்துவம் கதை சொல்லலில் பயன்படுத்தப்படவில்லை. தமிழ்ச்சினிமாவின் நாடகப்பாரம்பரியம் வலுவூட்டபட்டது. அவர்களது படங்கள், இயக்குநரின் திறமையைச் சாராமல், நடிகர்களின் திறமையைச் சார்ந்திருந்தது. இவர்களில் மிகவும் வெற்றியடைந்த இயக்குநர், ராகினி ரெக்ரியேக்ஷன் கே. பாலசந்தர் இவர் எடுத்த **அரங்கேற்றம்** (1973) போன்ற பல படங்கள் மக்களிடையே நல்ல வரவேற்புப் பெற்றன. சமகாலத்து, நகர்ப்புற நடுத்தர மக்களின் பிரச்னைகளைத் தொட்ட இவரது படங்கள், பாரம்பரிய மதிப்பீடுகளையும் நம்பிக்கைகளையும்

உறுதி செய்தன. தன்னை ஒரு 'நடுப்பாதைப் படைப்பாளி' (Middle of the road filmmaker) என்று வர்ணிக்கின்றார். இவர்களின் நடுவே, 60களில் ஸ்ரீதர் தோன்றி, **நெஞ்சில் ஓர் ஆலயம்** (1962) போன்ற திரைப்படங்களை இயக்கிப் பெயர் பெற்றார். அவருடைய பல படங்கள் முக்கோணக்காதலைச் சார்ந்து இருந்தன. ஒருவனுக்கு ஒருத்தி போன்ற மரபு விழுமியங்களைப் போற்றின. ஒளிப்பதிவாளர் வின்சென்ட் துணையுடன் ஒளியூட்டத்தை அழுத்தமாகப் பயன்படுத்திப் படங்களின் தாக்கத்தைக் கூட்டினார். **நெஞ்சில் ஓர் ஆலயத்தின்** *நினைப்பதெல்லாம் நடந்துவிட்டால்* பாடல் காட்சி ஒரு எடுத்துக்காட்டு.

1970களின் அலை

1970களில் ஸ்டுடியோக்களின் காலம் முடிந்து, இரு பெரும் நட்சத்திரங்களின் சகாப்தம் ஓய்ந்த பின் மாற்றத்திற்கான சில அறிகுறிகள் தென்பட்டன. ஒரு புதிய தலைமுறை படைப்பாளிகள் தோன்றிய வருடங்கள் இவை. இவர்களது படைப்புகள் நட்சத்திர ஆதிக்கத்தில் உருவான படங்களிலிருந்து உள்ளடக்கத்திலும் வடிவமைப்பிலும் வேறுபட்டிருந்தன. தனது **16 வயதினிலே** (1977) மூலம் கிராமப்புறத் தமிழ்நாட்டைக் கவனித்தார் பாரதிராஜா. மூன்று பள்ளிச்சிறுவர்கள் பற்றிய **அழியாத கோலங்கள்** (1979) படத்தில் ஐரோப்பிய சினிமாவின் தாக்கத்தைப் பாலுமகேந்திரா பிரதிபலித்தார். புதுமைப்பித்தனின் கதை ஒன்றை **உதிரிப்பூக்கள்** (1979) என்ற தலைப்பில் மகேந்திரன் படமாக்கிப் புகழ்பெற்றார். இவர்களிடம் பயிற்சி பெற்ற சில இளம் இயக்குநர்கள் கவனத்தை ஈர்த்த சில படங்களை எடுத்து, தமிழ்ச் சினிமாவின் எல்லைகளை விரிவுபடுத்தினர். **சேது** (1999) படத்தை இயக்கிய பாலா இவர்களில் ஒருவர். தமிழ்மக்கள் விரும்பிப் பார்த்த **ஆட்டோகிராஃப்** (2005) படத்தை இயக்கிய சேரன் மற்றொருவர். இன்னும் சிலர் புதிய வடிவமைப்புக் கொண்ட படங்களை உருவாக்கினர். இலக்கியப் பத்திரிகைகளில் சினிமா அழகியல் பற்றிப் பேச்சு எழுந்தது. பிலிம் சொஸைட்டிகள் சில செயல்படத் தொடங்கின. எனினும் பெருவாரியான திரைப்படங்கள் வேரற்ற கதைகளாகவும், ஆட்டபாட்டம், சண்டை, துரத்தல், பெண்ணுடல் காட்டல் என்ற ரீதியிலேயே அமைந்திருந்தன. 1999இல் **நாயகன்** தொடங்கி மணிரத்தினம் பாட்டு, குழு நடனம் போன்ற கூறுகளடங்கிய பல வெற்றிப்படங்களை உருவாக்கினார். காஷ்மீர் ***(ரோஜா 1992)***, ஸ்ரீலங்கா ***(கன்னத்தில் முத்தமிட்டால் 2002)***, வடகிழக்கு ***(உயிரே 1998)*** போன்ற அரசியல் – சமூகக் கொந்தளிப்புகளைப் பின்புலமாகக்கொண்டு படங்கள் எடுத்தாலும், அப்பிரச்னைகளை எதிர்கொள்வதைத் தவிர்த்தார். பல படங்களுக்கு அவரே கதை, வசனம் எழுதினார்.

ஆனால் நட்சத்திர ஆதிக்கமும் தொடர்ந்தது. எழுதவும் இயக்கவும் செய்து, சினிமாக்கலையின் நுணுக்கங்கள் பற்றிய புரிதலை பல தடவைகள் கமலஹாசன் வெளிப்படுத்தினார். யாராலும் வெல்லமுடியாத, ஆண்மையின் சிகரமாகப் பல படங்களில் நடித்த ரஜனிகாந்திற்கு ரசிகர்கள் லட்சக்கணக்கில் உருவானார்கள். அவரது ரசிகர் மன்றங்கள் தீவிரமாகச் செயல்பட்டன.

விருதுகள்

ஆறாயிரத்திற்கு மேற்பட்ட படங்கள் வெளிவந்தும், அண்மையில்தான் தமிழ்ப்படங்கள் தேசிய அளவில் கவனிக்கப் பட்டிருக்கின்றன. இது வரை இரண்டு படங்கள் தான் தேசிய அளவில் சிறந்த படமாக விருது பெற்றிருக்கின்றன. முதலாவது, இந்திரா பார்த்சாரதியின் நாவலைத் தழுவி, சேதுமாதவன் இயக்கிய **மறுபக்கம்** (1992). இரண்டாவது படம் பட்டு நெசவாளக்குடும்பம் பற்றி பிரியதர்ஷன் இயக்கிய **காஞ்சிவரம்** (2008). பிரிட்டீஷ் ஆட்சிக்காலத்தில் நடந்ததாக எழுதப்பட்ட கதை. சிறந்த இயக்குநர் விருதை இருவர், அகத்தியனும், பி. லெனினும் பெற்றிருக்கின்றனர். நடிகர்களில் பலர். லட்சுமி, ஷோபா, சுகாசினி, அர்ச்சனா பெற்றனர். கமலஹாசன் மூன்று முறை சிறந்த நடிகர் விருது பெற்றிருக்கின்றனர். தாதா சாகேப் விருது ஒரு நடிகருக்கும் – சிவாஜி கணேசன் – ஒரு இயக்குநருக்கும் – கே பாலசந்தர் – கிடைத்தது.

இன்றைய நிலைமை

கடந்த சில ஆண்டுகளாகத் தமிழ்சினிமா உலகில் ஒரு நல்ல மாற்றத்தைக் காண முடிகின்றது. சில இளைய இயக்குநர்கள் புதிய வடிவமைப்பு, அழகியலுடன் உள்ளடக்கத்திலும் வேறுபட்ட யதார்த்தபாணி படைப்புகளை உருவாக்கினர். அம்மாதிரியான ஒரு படமான **சுப்ரமணியபுரம்** (2008) படத்தின் வெற்றி ஒரு நல்ல மாற்றத்திற்கான அறிகுறியானது. மதுரையின் ஒரு ஓரப்பகுதியில், எண்பதுகளின் பின் புலத்தில். உள்ளூர் அரசியல்வாதி ஒருவனின் பேச்சைக்கேட்டுச் சிறைக்குச் செல்லும் இளைஞர்கள் பற்றிய கதை. இப்படங்களில் குத்து, வெட்டு, கொலைக்காட்சிகள் இடம் பெற்றிருந்தன. வேறு சில படங்களும் வன்முறைக்காட்சிகளுடன் வெளிவந்தன. இப்படங்களைச் சில விமர்சகர்கள் 'கொடூர சினிமா' என வகைப்படுத்தினர். 2012இல் சான்ஃபிரான்சிஸ்கோவில்' 'கொடூர சினிமா. தமிழ்த்திரையின் புதிய திசை' என்ற தலைப்பில் நடந்தேறிய கருத்தரங்கத்தில், திரையியலாளர்கள் சில புதிய தமிழ்ப்படங்களை வீவாதித்தனர்.

ஒரு குதிரையும் அதன் சொந்தக்காரரையும் பற்றிய ஒரு கதையை யதார்த்த பாணியில் கூறிய **அழகர்சாமியின் குதிரை** (2011) மதநம்பிக்கை சார்ந்த விமர்சனத்தையும் முன்னிறுத்தியது. பாட்டு, ஆட்டபாட்டம் இவற்றிலிருந்து விலகிச் சென்ற இந்தப்படங்களில் இலத்தீன் அமெரிக்கன் படைப்புக்களின் பாதிப்பைக் காண முடிந்தது. டிவிடி புரட்சியும் இந்த மாற்றத்திற்கு ஒரு காரணம். பெரும்பாலும் விளிம்புநிலை மக்களைச் சுற்றிய கதைகளை அடிப்படையாக் கொண்ட இந்தப் புதியபாணி படங்கள் நகர்ப்புற குடிசைப்பகுதிகளைக் களமாகக் கொண்டவை. வன்முறைகள், துரத்தல், காட்டிக்கொடுத்தல், பித்தலாட்டம் நிறைந்தவகை இவை. பாலாஜி சக்திவேல் இயக்கிய **வழக்கு எண் 18/9** நகர்ப்புற வாழ்க்கையைப் பின்புலமாகக் கொண்டு, வீட்டுவேலை செய்பவர்களின் நிலையை ஆராய்ந்தது. வடிவமைப்பிலும் உள்ளடக்கத்திலும் புதிய கூறுகள் கொண்ட இறுக்கமான கதையமைப்பு கொண்டது. நலன் குமாரசாமி இயக்கத்தில் அண்மையில் வந்த **சூது கவ்வும்** (2013) திருவனந்தபுரம் திரைப்பட விழாவில் நல்ல கவனிப்புப் பெற்றது மட்டுமல்லாமல் திரையரங்கப் பார்வையாளர்களிடமும் வரவேற்புப் பெற்றது.

பன்னாட்டளவில் விளிம்புநிலை மக்களைப்பற்றிய ஆய்வும் கலாச்சார ஆய்வும் வளர்ச்சியடைந்தபின் பலருடைய கவனம் தமிழ்ச் சினிமாவின்பால் திரும்பியது. இந்தியாவிலும் பல பல்கலைக்கழகங்கள் தனிப்பட்ட ஆராய்ச்சி நிறுவனங்களி லுள்ள மானிடவியலாளர்களும், ஆய்வு மாணவர்களும் தமிழ்த்திரையை உற்று நோக்க ஆரம்பித்துள்ளனர். அது மட்டுமல்ல. வரலாற்றியலுக்குத் திரைப்படங்கள் ஒரு நல்ல மூலப்பொருளாகப் பார்க்கப்படுகின்றது. சினிமாவின் மூலம் அந்தச் சமூகத்தைபற்றிய ஒரு புரிதல் கிடைக்குமென்று நம்பப்படுகின்றது. ஆனால் தமிழ்நாட்டில் கல்விப்புலம் சினிமாவைப்பற்றி எந்த அக்கறையும் காட்டவில்லை.

Frontline **(18.10.2013) இதழில் வெளியான கட்டுரையின் தமிழாக்கம்**

6

தமிழ்த் திரையில் ஷேக்ஸ்பியர்

நாடக முன்னோடி பம்மல் சம்பந்த முதலியார் மூலமாகத்தான் ஷேக்ஸ்பியர் முதன் முதலில் தமிழ் உலகில் நுழைந்தார். ஹாம்லெட் *(தமிழில் இது அமலாதித்தன் ஆனது)* போன்ற நாடகங்களை 1906ல் அவர் மொழிபெயர்த்துத் தமிழ் வாசகர்கள், நாடக, திரைப்பட ரசிகர்களுக்கு அறிமுகம் செய்து வைத்தார்.

மேடை மீதான அவரது வேட்கை, சென்னையில் தொழில்முறையல்லாத நாடகக் குழுவான சுகுண விலாச சபா 1891இல் உருவாகக் காரணமாயிற்று. *(அதன் கட்டடம் இன்னும் அண்ணாசாலையிலுள்ள காஸ்மாபாலிட்டன் கிளப்புக்கு அருகில் இருக்கிறது.)* வெகுமக்களை ஆதாரமாகக் கொண்ட, வணிகச் சார்புடைய நாடகக் குழுக்களிலிருந்து வேறு பட்டவர்கள் இதில் பங்கேற்றனர். சமூகத்தின் மேல்மட்டத்திலுள்ள வழக்கறிஞர்கள், அதிகாரிகள் கொண்ட குழு இதில் இருந்தது. சுகுண விலாஸ சபா மேடையேற்றிய ஹாம்லெட்டின் தமிழ் அவதாரமான **மனோகராவில்** நாயகனின் தந்தையான அரசன் வேடத்தில் முதுபெரும் காங்கிரஸ் தலைவர் சத்தியமூர்த்தி நடித்தார்.

ஷேக்ஸ்பியரின் படைப்புகள் தமிழ்த்திரையில், மூன்று வகைகளில் உருவகப்படுத்திக் காட்டப் பட்டிருக்கின்றன. ஒன்று, கதையை முழுமையாகத் தழுவி எடுத்துக்கொள்வது. இரண்டாவது, புகழ்பெற்ற காட்சிகளை மட்டும் எடுத்துப் பயன்படுத்திக் கொள்வது. மூன்றாவதோ, நாடகத்தினைச் சுருங்கிய வடிவமாக்கித் திரைப்படத்தினுள் நுழைத்து

வைத்துக்கொள்வது. திரைப்படத்தினுள் ஒரு நாடகம் என்ற இந்த உத்தி, ஒரு படத்தின் பொழுதுபோக்கு அம்சங்களைத் அதிகரிப்பதற்காகவும் சொற்சுவை கொண்ட நீண்ட வசனங் களுக்கு வாய்ப்பளிப்பதற்காகவும் உருவாக்கப்பட்டது.

1937இல் தமிழ்த் திரைப்பட முன்னோடி எல்லிஸ். ஆர். டங்கனின் இயக்கத்தில் வெளியான **அம்பிகாபதி** மூலமாக ஷேக்ஸ்பியர் எனும் ஆங்கிலப்பாணன் தமிழ்த் திரையினை எட்டிப் பார்க்கிறான். *Romeo and Juliet* நாடகத்தில், தனது காதலியை இரவுநேரத்தில் சந்திக்கும் தருணத்தில் மேல்மாடத்தில் ஜூலியட் இருக்க, கீழே ரோமியோ உலவியதைப் போலவே, காதல் வயப்பட்ட

அம்பிகாபதி எம்.கே. தியாகராஜ பாகவதரும் எம்.ஆர். சந்தானலட்சுமியும்

அமபிகாபதியும ஒரு தமிழநாடடுத தோட்டத்தில் தனித்து உலவிக் கொண்டிருந்தான். ஆங்கில நாடகக் காட்சிகள் இவ்வாறு சுதந்திரமாகக் கடன் வாங்கப்பட்டன. அண்மையில் டங்கனைப் பற்றி எடுக்கப்பட்ட ஆவணப் படமான **An American in Madras**–ல் கூட, தியாகராஜ பாகவதர், சந்தானலட்சுமி நடித்த இந்தப் புகழ்பெற்ற காதல் காட்சி இடம் பெற்றிருந்தது. அதேபோல இளவரசியின் தோழி, அம்பிகாபதியிடமிருந்து செய்தி கொண்டு வரும் காட்சியும் **ரோமியோ ஜூலியட்டி**லிருந்து எடுக்கப்பட்டதே.

தமிழின் தொடக்கநிலைப் படங்கள் புராணக் கதைகளாக இருந்தன. சில இயக்குநர்கள் புதிய கதைகளைத் தேடினார்கள்.

இவ்வகையில் **Merchant of Venice** நாடகம், செருகளத்தூர் சாமாவின் கவனத்தை ஈர்த்தது. 1940இல் வெளியான **ஷைலக்** படத்தில் அவர் முக்கிய வேடத்தில் நடித்ததுடன் அதன் இரு இயக்குநர்களில் ஒருவராகவும் இருந்தார். நமது நற்பேறின்மையால் அப்படம் அழிந்துபட்டது. ஒரு சில விவரங்கள் மட்டுமே கிடைக்கின்றன. முன்னோடி இசையமைப்பாளர் யானை வைத்தியநாத அய்யர் இதில் பாடல்கள் எழுதியதாக அறிகிறோம். சற்றே இறுக்கமான இந்தக் கதையில் எந்த எந்தக் கட்டங்களில் பாடல்களைப் புகுத்தியிருக்கமுடியும் என்று நினைத்துப் பார்கின்றேன்.

இலக்கியப் படைப்புகளில் பேரார்வம் கொண்டவர் இயக்குநர் கே.ராம்நாத். இவர் **Twelfth Night** நாடகத்தை அடிப்படையாகக் கொண்டு **கன்னியின் காதலி** (1949)யை உருவாக்கினார். இந்தப்படத்திற்கு இன்னொரு சிறப்பு என்னவென்றால் கவிஞர் கண்ணதாசனை இதில்தான் அவர் அறிமுகம் செய்தார். *கலங்காதிரு மனமே / உன் கனவெல்லாம் நினைவாகும் ஒரு தினமே* என்ற பாடலுடன் கண்ணதாசன் திரையுலகில் நுழைந்தார். கோவை ஜூபிடர் பிலிம்ஸ் தயாரித்த இப்படம் பெரும் வெற்றியை ஈட்டியது. மேலும், ஹாம்லெட் நாடகத்திலிருந்து சில கூறுகளைத் தழுவி **மர்மயோகி** (1951)யை ராம்நாத் எடுத்தார். ஒரு பெண்ணின் வசீகர வலையில் வீழ்ந்து கொல்லப்பட்ட அரசன் ஆவியாக அலைவது போல் கதையை அமைத்திருந்தார்.

ஷேக்ஸ்பியரைத் தமிழில் கொண்டுவந்த இன்னொரு படமான **மனோகரா** (1954)வும் ஹாம்லெட்டைத் தழுவி எடுக்கப் பட்டதே. ஆனால், இது அந்த ஆங்கிலக் கவிஞரின் நாடகத்தைத் தழுவியது என்று குறிப்பிடவில்லை. கருணாநிதி இதற்கான வசனத்தை எழுதியிருந்தார். இதற்கு இரண்டு ஆண்டுகளுக்கு முன்னர் வெளியான **பராசக்தி** படத்தில் அறிமுகமாகிப் புகழ் ஈட்டியிருந்த சிவாஜிகணேசன் இதில் நடித்திருந்தார். இந்தக் காலகட்டத்தில்தான் தமிழ்த் திரையுலகில் வசனகர்த்தாக்கள் நட்சத்திர அந்தஸ்தைப் பெறத் தொடங்கினார்கள். அடுக்குமொழி வசனங்கள் பிரபலமடைந்தன. சில படங்களின் வசனங்கள் 78 RPM இசைத்தட்டில் பதியப்பட்டு மக்கள் இவைகளைப் பட்டிதொட்டிகள் கேட்கத் தொடங்கினர். நீண்ட வசனங் களைப் பேசி நடிக்கும் நடிகர்களுக்கு வாய்ப்புகள் கூடின. சிம்மக்குரலோன் என ரசிகர்களால் போற்றப்பட்ட சிவாஜிகணேசன், **மனோகராவில்** தர்பார் காட்சியில் பேசும் நீண்ட, உணர்ச்சிமிகுந்த வசனங்கள் புகழடைந்தது இதற்குச் சான்று. இளவரசன் மனோகரனை இழுத்துவந்து சங்கிலியால்

பிணைத்துத் தூணில் கட்டி வைக்கிறார்கள். இளவரசனும், அரசனும் அனல்கக்கும் வசனங்களைப் பேசுகிறார்கள். முடிவில் மனோகரன், தனது தாயின் ஆணைக்கிணங்க, சங்கிலிகளை அறுத்துக்கொண்டு சண்டையிடத் தொடங்குகிறான்.

சிவாஜிகணேசன் மேலும் இரண்டு படங்களில் ஷேக்ஸ்பியரின் கதாபாத்திரங்களை ஏற்றிருக்கிறார். **இரத்தத் திலகம்** *(1963)* படத்தில் மாணவர்கள் நடத்தும் ஓரங்க நாடகமான ஒத்தெல்லோவில் சந்தேகப்பேய் பிடித்த நாயகனாக வருவார். டெஸ்டிமோனாவாக நடித்தவர் சாவித்திரி. ஆயினும், ஷேக்ஸ்பியரின் ஆங்கில வசனங்களைப் படத்தில் சிவாஜி பேசவில்லை. திருச்சியைச் சேர்ந்த பேராசிரியர் ஒருவர் குரல் இரவல் தந்தார். இன்னொரு படம் **ராஜபார்ட் ரங்கதுரை** *(1973)*. இதில் நாடக நடிகராக வரும் சிவாஜி மேடையேற்றும் நாடகங்களில் ஹாம்லெட்டும் ஒன்று.

ஷேக்ஸ்பியரின் வேறு சில படைப்புகள் தமிழில் வந்திருந்த போதிலும் அவைகளில் படத்திலும் மூலப்படைப்பு இன்னாருடையது என்று குறிப்பிடப்பட வில்லை. இவற்றில் **குணசுந்தரி** *(1955)* என்ற படம் **King Lear** நாடகத்தையும், **சொல்லு தம்பி சொல்லு** *(1959) As You Like It* –ஐயும், ‘அறிவாளி’ *(1963)* படம் *Taming of the Shrew* நாடகத்தையும் தழுவி அமைந்திருப்பதாகக் கருதுகிறேன்.

எழுபதுகளின் இறுதியில் தமிழ்த் திரைப்படங்களிலிருந்து நெடிய அடுக்குமொழி வசனங்களும் உணர்ச்சி முனைப்பான நாடகத் தன்மையும் மறைய ஆரம்பித்த பின்னர் ஷேக்ஸ்பியரும் காணாமல் போனார்.

தமிழில்: ***தி இந்து***, **23–4–2016**
அவைநாயகன்

7

சினிமா அழகியலும் ஆய்வும்

இந்தியச் சினிமா பற்றி, அதிலும் தமிழ்த்திரை பற்றிய பல புத்தகங்கள் மேலைநாட்டுக் கல்விப்புலத்திலிருந்து வெளியாகிக் கொண்டிருப்பது நல்ல செய்தி. தமிழ்ச் சினிமா பற்றிச் சிட்னியிலிருந்து **Tamil Cinema: The Cultural Politics of India's Other Film Industry** என்ற நூலும் லண்டனிலிருந்து தமிழ்ச் சினிமா பற்றிப் பல கட்டுரைகள் அடங்கிய **The Cinema of India** என்ற புத்தகமும் வெளி வந்துள்ளன. பல பல்கலைக்கழகங்களில் திரையியல் துறையில் ஆய்வுகள் மேற்கொள்ளப்படுகின்றன. சென்ற ஆண்டு அண்மைக்காலத் தமிழ்ப் படங்கள் பற்றி, குறிப்பாக வன்முறைக்காட்சிகள் நிறைந்த நான்கு படங்கள் பற்றி Cruel Cinema: New Directions in Tamil Cinema என்ற தலைப்பில் ஒரு கருத்தரங்கம் சான் பிரான்சிஸ்கோவில் நடந்தது. தமிழ்நாட்டில் அரசியலுக்கும் திரைக்கும் இருக்கும் நெருங்கிய ஊடாட்டம் கல்விப்புலத்தில் இந்த ஈர்ப்பு உருவாகக் காரணமாயிருக்கலாம். சினிமா பற்றிப் பலர் எழுதினாலும், முறைப்படி இத்துறையில் கற்றுத் தெளிந்து, படமெடுப்பதிலும் பரிச்சயமுள்ளோர் சினிமாவைப் பற்றி எழுதுவது அரிது. எனக்குத் தெரிந்து இருவர் இன்று இயங்கிக்கொண்டிருக்கின்றனர். ஒருவர் மதுர் பந்தர்க்கர் மற்றவர் நம்மூர்க்காரரான சொர்ணவேல். இருவருமே அமெரிக்காவில் பணி புரிந்துகொண்டிருக்கின்றனர். பந்தர்க்கர் இந்திப் படங்களைப்பற்றி எழுதுகின்றார்.

*1996*இல் **ஐ.என்.ஏ, தாமிரபரணி** போன்ற ஆவணப்படங்களைத் தயாரித்துச் சினிமா ஆர்வலர்களின் கவனத்தை ஈர்த்த சொர்ணவேல் ஈஸ்வரன்புனே திரைக்கல்லூரியில் படித்தவர். பின்னர் ஐயோவா பல்கலைக்கழகத்தில் முனைவர் பட்டம் பெற்று, தற்போது சினிமா வரலாறு, கோட்பாடு, ஆவணப்படம், திரைக்கதை பற்றி மிச்சிகன் பல்கலைக்கழகத்தில் பாடம் கற்பித்து வருகின்றார். தமிழ்ச் சினிமாவின் ஸ்டுடியோ சார்ந்த வரலாற்றையும், இன்றைய டிஜிடல் தொழில்நுட்பம் சார்ந்து இயங்கும் சினிமாவையும் பற்றி ஆராய்ந்து வருகின்றார்.

அவ்வப்போது அவர் எழுதி வெளியிட்ட கட்டுரைகளின் தொகுப்பான **சினிமா: சட்டகமும் சாளரமும்** புத்தகம் அண்மையில் என் கைக்கு வந்தது. இது இரண்டு விரிவான நேர்காணல்களையும் உள்ளடக்கியது. பன்னாட்டுச் சினிமா பற்றியதாயினும், தமிழ்த்திரை பற்றிப் பல அவதானிப்புகள் இதில் உள்ளன. முற்றிலும் தொழில்நுட்பம் சார்ந்த ஒரு ஊடகத்தின் இயல்புகளை அதன் அடிப்படைக் கோட்பாடுகள் மூலமும் உலகின் தலைசிறந்த இயக்குநர்களில் படைப்புகள் மூலமும் இந்நூல் விளக்க முற்படுகின்றது. **The Theory of Film** என்ற சினிமா பற்றிய ஒரு அடிப்படையான நூலை எழுதிய கிராக்கரின் *(Siegfried Kraucaur)* கருதுகோள்கள் பற்றி அறிய முடிகின்றது. புத்தகத்தைப் படித்து முடிக்கும்போது ஒரு சிறிய ஆனால் ஆழமான திரைப்பட ரசனைப் பட்டறை ஒன்றில் பங்கேற்ற அனுபவம் கிடைக்கின்றது. படங்களைப் பார்க்காததுதான் குறை.

சொர்ணவேலுக்கு ஆவணப்படங்கள் மேலிருக்கும் ஆர்வமும் தீர்க்கமான புரிதலும் அவரது நேர்காணலில் வெளிப்படுகின்றது. ஆவணப்பட வகைகளை விவரிக்கும் போது இந்திய, தமிழ்நாட்டுப் படைப்பாளிகளைப் பன்னாட்டுப் பின்புலத்தில் வைத்துக் காட்டுகின்றார். சதயஜித் ரேயின் **பாலா** ஆவணப்படத்தோடு, ரமணி, சௌதாமினி இவர்களுடைய படைப்புகளையும் கவனிக்கின்றார். கதைப்படமாக இருந்தாலும் அல்லது ஆவணப்படமாக இருந்தாலும் எந்த அம்சங்கள் கவனிக்கப்பட வேண்டும் என்று கூறுகின்றார். “ஆவணப்படங்களில் அழகியல் சார்ந்த சொல்லாடல்கள் ஆழமானவை. ஆனந்த் பட்வர்தன் போன்ற மார்ஸியச் சிந்தனையாளர்களின் படங்களிலுள்ள உரத்த கருத்துகளிருந்து, அழகியலின் அருந்தவத்தில் அதன் நிழலாக நிலைமாறும் கருத்தாங்கங்கள் நிறைந்த க்றிஸ் மார்கரின் படங்கள் வரை ஓயாத கடலோசையாக அவை ஆவணப்படங்கள் பற்றிய விவாதங்களைச் சூழ்ந்து கொள்பவை” என்கிறார். சினிமாவைப்பற்றி எழுதும் பொழுது அழகியலைத் தொடாமல்

எழுத முடியாது என்பதைச் சொர்ணவேலின் கட்டுரைகள் காட்டுகின்றன. ஒரு இயக்குநர் என்ன சொல்கிறார்? அதை எப்படிச் சொல்கிறார் என்று விவாதிக்கும்போது அங்கு அழகியல் வந்து விடுகின்றது.

புனேயில் படித்தபோது சொர்ணவேலுவுக்கு அகிரா குரசோவா போன்றபல சினிமாப் படைப்பாளிகளைச் சந்திக்கும் வாய்ப்புக் கிடைத்திருக்கின்றது. இந்திய சினிமாவில் தடம் பதித்த கோவிந்த் நிஹ்லானி போன்றவர்களுடன் பழகியிருக் கின்றார். மணிகவுல் பற்றிய 'மண்ணில் மறைந்த மாமத யானை' என்ற ஒரு நீண்ட கட்டுரையில் அவரது கலை பற்றி விளக்குகின்றார். "மணியின் சினிமாவை எவ்வாறாக உணர்வது? அவர் படங்களிலிருக்கும் கதையாடலை விட, அதை அவர் சொல்லும் விதமும், உருவக்கட்டுமானத்தை விட அதைச்சார்ந்த ஒரு அழகியல் சொல்லாடலை முன்னெடுத்துச் செல்வதில் அவருக்கிருந்த தீவிரமும் எளிதில் பாகுபடுத்த முடியாதது" என்கின்றார்.

படத்தொகுப்பும் அழகியலும் என்ற பகுதி ரஷ்ய சினிமா மேதை ஐசன்ஸ்டீனின் கோட்பாடுகளைப்பற்றிக் கூறுகின்றது. 1925இல் Battleship Potemkin என்ற படத்தை எடுத்த இவர்படத்தொகுப்புப் பற்றித் தனது எண்ணங்களை **Film Form and Film sense** என்ற நூலில் விளக்கியுள்ளார். இவரது கருதுகோள்களைச் சொர்ணவேல் அந்தப்படத்தில் வரும் காட்சிகள் மூலம் எளிமையாக விளக்குகின்றார். பொதுவாக சினிமா விமர்சனங்களிலும் கட்டுரைகளிலும் எடிட்டிங் என்ற பரிமாணத்தைப்பற்றி விமர்சகர்கள் பேசுவதில்லை. ஆனால் திரைப்படத்திற்கு ஒரு அர்த்தத்தைக் கொடுப்பதே தொகுப்புத்தான். சிறுசிறு துண்டுகளாக உருவாக்கப்பட்ட வேறுபட்ட சலனப்படங்களை ஒட்டவைத்து, அர்த்தம் பொதிந்த ஒரு தொகுப்பாக்கிட தருவது தான் படத்தொகுப்பு. இந்த உத்தியால்தான் ஒரு இயக்குநருக்குக்கதை சொல்ல முடிகின்றது. சரிவரப் படங்கள் கோர்க்கப்படாவிட்டால் கதை புரியாது. அது மட்டுமல்ல கதையின் தாக்கமும் நீர்த்துப் போய் விடும்.

ஒரு காட்சி படமாக்கப்படும் பொழுது, கிளாப்ஸ்டிக் *(Clapstick)* மூலம் அந்தக் காட்சி பற்றிய எல்லா விவரமும் முதல் பிம்பமாக அமைகின்றது. என்ன படம், எந்தத் தேதி, அந்தக்காட்சியின் எத்தனையாவது படமாக்கல் *(shot)* போன்ற விவரங்கள் அதில் இருக்கும். இந்த விவரங்களை வைத்துத்தான் படத்தொகுப்பு செய்யப்படும். ஒரு படத்தில் ஆயிரத்திற்கு

மேற்பட்ட துண்டுகள் இருக்கலாம். இவை அர்த்தம் தரும் வகையில் தொகுக்கப் பட வேண்டும். இது கற்பனை வளம் மிக்கவர் செய்ய வேண்டிய வேலை. ஆரம்பகாலங்களில் துண்டுப்படங்களை ஒரு வித கோந்து போட்டுத்தான் ஒட்டினார்கள். ஆனால் இன்று, பிம்பங்கள் கணினி மூலம் கோர்க்கப்படுகின்றன. ஒரு கணினியை மட்டும் வைத்து ஒரு முழுப்படத்தின் படத்தொகுப்பை முடித்து விடுகின்றார்கள்.

தமிழ்ச் சினிமாவின் ஆரம்பகாலத்தில் இதன் முக்கியம் உணரப்படவில்லை. பின்னர் தான் எடிட்டர் பெயர் டைடிலில் இடம் பெற ஆரம்பித்தது. பலர் முதலில் எடிட்டராகப் பணி செய்து பின்னர் இயக்குநராகப் பரிணமித்திருக்கின்றனர்... தமிழ்ச் சினிமாவில். **பராசகக்தி** போன்ற படங்களை இயக்கிப் புகழ்பெற்ற கிருஷ்ணன் – பஞ்சு மாடர்ன் தியேட்டர்ஸில் எடிட்டர்களாகப் பணியாற்றிவர்கள்தான். பி. லெனின் அதே வழியில் வந்து **ஊருக்கு நூறுபேர்** என்ற படத்திற்கு இயக்குநராகத் தேசிய விருது பெற்றார். படத்தொகுப்பு சினிமா இலக்கணத்தின் ஒரு முக்கியக் கூறு. ஆகவே தான் எம்.ஜி.ஆர்., சிவாஜி போன்ற நடிகர்கள் எடிட்டிங் அறைக்கே சென்று தொகுப்பாக்கப்படுவதைக் கவனிப்பார்கள் என்றறிகின்றோம். தமிழ்த்திரை வரலாற்றின் படத்தொகுப்பின் சிறப்பை உணர்ந்து அதற்கு முக்கியத்துவம் கொடுத்தவர்களாகக் கே. ராம்நாத், பாலு மகேந்திரா, பாலா போன்ற இயக்குநர்களை ஆசிரியர் குறிப்பிடுகின்றார்.

தமிழ் நாட்டில் இயங்கிக்கொண்டிருக்கும் மற்ற திரையியலாளர்கள், ஆவணப்படப் படைப்பாளிகள் மீது இவர் கொண்டிருக்கும் நல்லெண்ணம் இவர் எழுத்தில் வெளிப்படு கின்றது. அம்ஷன் குமார், ஆர்.ஆர். சீனிவாசன், லீனா மணிமேகலை போன்றவர்களின் படங்கள் பற்றிப் பரிவுடன் எழுதுகின்றார். யாரையும் மட்டம் தட்டும் நோக்கம் சிறிதுமின்றி, இத்துறையில் வளர்ந்து வரும் யாவரையும் போற்றி, ஆதரித்து எழுதும் பரந்த மனப்பான்மை தெரிகின்றது.

இந்நூலில் பொருளடைவு இல்லாதது ஒரு பெரிய குறை. ஒரு கட்டுரைத் தொகுப்பில் இது ஒரு அத்தியாவசியமான அம்சம். பொருளடக்கம் போன்றதே பொருளடைவும். அது நூலின் பயனைப் பன்மடங்காக்குகின்றது. இம்மாதிரியான தொகுப்பு களில் கட்டுரைகள் எந்த இதழ்களில், எப்போது வெளியாயின என்ற விவரம் தரப்படுவது அவசியம். செப்பனிடுவதில் இன்னும் கவனம் செலுத்தப்பட்டிருக்க வேண்டும். சில இலக்கணப்பிழைகள் கண்ணை உறுத்துகின்றன. பன்னாட்டுச் சினிமா பற்றித்

தமிழில் எழுதும்போது இயக்குநர்கள், படத்தலைப்புகள் இவற்றை ரோமன் எழுத்தில் அடைப்பில் கொடுக்க வேண்டும். எடுத்துக்காட்டாக, ப்ரெஞ்சு இயக்குநர் கோதார் *(Goddard)*. இல்லையெனில் யாரை ஆசிரியர் குறிப்பிடுகிறார் என்று, அதிலும் பிரெஞ்சு, ஸ்பானிய மொழிப் பெயர்களை எழுதும் போது, தமிழ் வாசகர்களுக்குக் குழப்பம் ஏற்படும். இம்முறை சில கட்டுரைகளில் கையாளப்பட்டிருக்கிறது. ஆனால் பல கட்டுரைகளில் இல்லை.

சொர்ணவேல். சினிமா: **சட்டகமும் சாளரமும்.** (நேர்காணல், கட்டுரைகள்) 2012 நிழல் பதிப்பகம் சென்னை. ரூ.175

8

ராஜா தேசிங்கும் பாரதியும்: தமிழ்த்திரையில் வரலாறு

சினிமாவிற்கு வரலாறு ஒரு தீராத மூலக்களஞ் சியமாகப் பயன்பட்டு வந்திருக்கின்றது. உலகின் பல உன்னதத் திரைப்படங்கள் – **பேட்டில்ஷிப் பொடெம்கின்** *(1925)* முதல் **ஷிண்ட்லர்ஸ் லிஸ்ட்** *(1993)* வரை – வரலாற்று நிகழ்வுகளை ஆதாரமாகக் கொண்டவை; இந்த வகையில் இந்தியாவிலும் **முகலே ஆசம்** *(1960),* **ஷத்ரஞ் கோ கிலாடி** *(1977)* போன்ற சீரிய படைப்புகள் வந்திருக்கின்றன.

வரலாற்றுச் சினிமா இரண்டு வகைப்படலாம். ஒரு குறிப்பிட்ட காலகட்டத்தில் ஒரு கதை நடப்பது போல் படமொன்றை எடுப்பது. **பார்த்திபன் கனவு** *(1960)* மாதிரி. இரண்டாவது வரலாற்று நிகழ்வு களை ஒரு திரைப்படமாக்குவது **இருவர்** *(1997)* போன்று. இரண்டு விதப் படங்களுக்கும் ஆழ்ந்த வரலாற்று ஆராய்ச்சி தேவையாகின்றது. நிகழ்வுகள் பற்றி மட்டுமல்ல வாகனங்கள், வாழிடத்திலுள்ள இருக்கைகள், புழங்கு பொருட்கள், உடை இவைகளில் கவனம் அவசியமாகின்றது. இது கலை இயக்குநரின் தளம். சரித்திரக் காலப்படங்களில் இயக்குநருக்கு அடுத்த இடம் கலை இயக்குநருக்குத்தான். இந்தப் பரிமாணம் சரியில்லை என்றால் காலவழு *(anachronism)* போன்ற தவறுகள் ஏற்படலாம். ஆனால்

தமிழ்ப்படங்களில் கலை இயக்குநர் நாடக மேடை போன்ற செட் போடுவதைக் கண்காணிப்பவராக இருந்திருக்கின்றார். அது மட்டுமல்ல சரித்திரகாலப் படத்திற்குச் செலவு அதிகமாகும் என்ற கருத்தும் உள்ளது. குறைந்த செலவில் ஒரு நல்ல சரித்திரகாலப் படம் தயாரிக்க முடியும் என்பதை அம்ஷன்குமார் பிரிட்டீஷ் காலப்பின்னணியில் **ஒருத்தி** *(2003)* எடுத்து நிரூபித்திருக்கின்றார். கி.ரா வின் கதை என்பது இதற்கு இன்னுமொரு சிறப்பு.

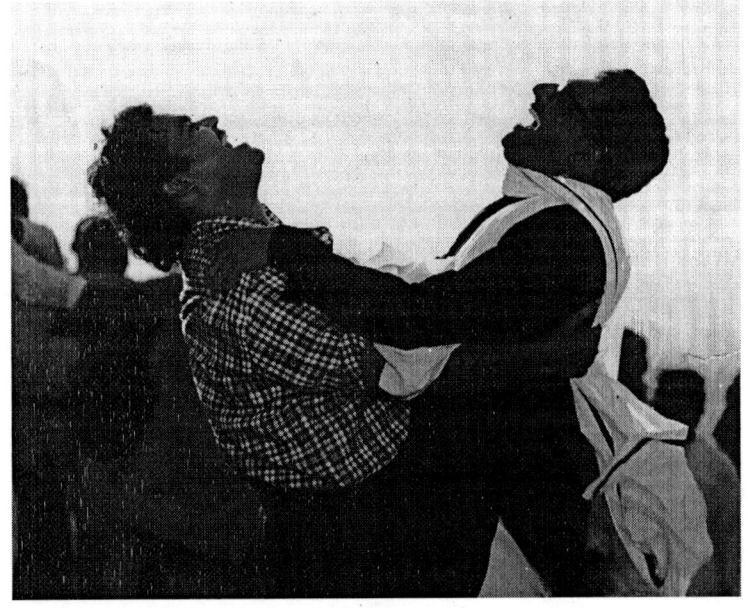

இருவர்

வரலாற்றுப்படங்களில் ஆடைஅணிகலன்கள் மேல்கூர்ந்த கவனிப்புத் தேவை. ஏனென்றால் கதை நடக்கும் காலகட்டத்தை நிறுவி, நம்பகத்தன்மையைக் கூட்டுவதில் ஆடைகளுக்கு ஒரு சிறப்பு இடமுண்டு. **காந்தி** *(1982)* படத்தில் இது ஒரு சிறப்புப் பரிமாணம். ஆடை வடிவமைப்பிற்காகப் பானு அத்தையா இப்படத்தில் ஆஸ்கார் பெற்றதை நினைவில் கொள்ள வேண்டும். தமிழ்ப்படங்களில் **சிவகங்கை சீமை** *(1959)*யில் இந்த அம்சம் நன்றாக இருந்ததுஆனால் பெண்களின் ஆபரணங்கள் சற்று அதீததமாகவே இருந்தன. **வீரபாண்டிய கட்டபொம்மனில்** *(1959)* ஆடை அலங்காரத்திற்குச் சொற்ப மதிப்பும் தரப்பட வில்லை. ஆண் பாத்திரங்களுக்குச் சற்றும் பொருத்தமற்ற அலங்காரம். டாம்பீகமான பட்டும் பீதாம்பரமும் அணிந்து வலம் வந்தனர்.

வரலாறு சார்ந்த தமிழ்த் திரைப்படங்களின் ஆடைகள் கம்பெனி நாடகப் பாரம்பரியத்தில் வந்தவை. கம்பெனி நாடக உடைகளோ மராத்தி நாடகங்களிலிருந்தும், ராஜா ரவி வர்மாவின் தைல ஓவியங்களிலிருந்தும் எடுக்கப்பட்டவை. ஆகவே பொருத்தமற்று இருக்கின்றன.

தமிழ்ச்சினிமாவில் ஆரம்ப முதலே தொன்மத்தையும் வரலாற்றையும் மரபுக்கதைகளையும் போட்டுக் குழப்பிக் கொண்டனர். **ஒளவையாரில்** சோழ மன்னன் தோன்றுகிறார், பாரி வருகின்றார். கடவுளரும் தோன்றுகின்றனர். விநாயகர் ஒரு யானைப்பட்டாளத்தை ஏவி விடுகின்றார். மாயாஜாலமும் இருக்கின்றது. ஒரு குறிப்பிட்ட பிரதேசமோ, குறிப்பட்ட காலத்தின் பின்னணியோ இல்லாமல் படம் எடுப்பது நம் மரபு. **நாடோடிமன்னன்** (1956) போல.

1939இல் பிரசித்தி பெற்ற இயக்குநர் ஹெ.எம் ரெட்டி உருவாக்கிய **மாத்ரு பூமி** என்ற வரலாற்றுப் படம் வெளியானது. இப்படப்பிரதி இல்லாததால் அதைப்பற்றிப் பத்திரிக்கைகளில் வந்த செய்திதான் நமக்கு ஆதாரம். அலெக்ஸாண்டர் படையெடுப்பை யும் அதற்கு இந்திய மன்னர்கள் காட்டிய எதிர்ப்பையும் உருவகக்கதையாக வடிவமைக்கப்பட்ட இதை ஒரு பிரச்சாரப் படமாகப் பிரிட்டீஷ் அரசு பார்த்தது. உடை அலங்காரங்கள் அந்த வரலாற்றுக்காலத்திற்குப் பொருந்தாமல் இருந்தாலும் சண்டைக்காட்சிகள் செஞ்சி, கிருஷ்ணகிரி கோட்டைகளில் படமாக்கப்பட்டிருந்தன. இது ஒரு தேசபக்திப் படமாக அறியப்பட்டது. இதில் வந்த *நமது ஜென்ம பூமி . . . நமது. . . ஜென்ம பூமி* என்ற பாடல் (பாபநாசம் சிவன்) வெகு பிரபலமானது. ஐம்பதுகளில் நான் பள்ளியில் படித்தபோது கூட இந்தப் பாடல் பள்ளி அணிவகுப்புகளில் பாடப்பட்டது நினைவில் இருக்கின்றது.

திரைப்படங்கள் ஒரு முக்கிய வரலாற்று நிகழ்வை ஆவணப்படுத்தக்கூடும். அந்த நிகழ்வின் பாடத்தை நமக்கு அவ்வவ்போது நினைவூட்டவும் செய்யும். ஹிட்லரால் நடத்தப்பட்ட யூத இனக்கொலை பற்றி ரொமான் பொலான்ஸ்கி இயக்கிய **The Pianist** (2002) போன்ற பல படங்கள் தயாரிக்கப்பட்டு அந்தக் கொடுமையைப் பதிவு செய்திருக்கின்றன. இந்தியத் துணைக்கண்டத்தில் பிரிவினையின் கொடுமையைச் சித்தரித்த, பமேலா ரூக்ஸ் இயக்கிய **The Train To Pakistan** (1998) இதற்கு ஒரு நல்ல எடுத்துக்காட்டு. இது குஷ்வந்த் சிங்கின் புகழ் பெற்ற நாவலை அடிப்படையாகக் கொண்டது.

ஒருத்தி படத்திலிருந்து ஒரு காட்சி

தமிழ்ச் சினிமாவில் சுதந்திரப்போராட்டக் காலத்தின் பின் புலத்தைக் கொண்டு சில படங்கள் வந்தன. இதில் சிறப்பு இடத்தைப்பெறுவது **ஏழை படும் பாடு** (1950). விக்டர் ஹ்யூகோவின் உன்னதப் படைப்பான **ல மிஸரபில்** (Les Miserables) நாவலைச் சுத்தானந்த பாரதி தமிழாக்கம் செய்திருந்தார். இதை இயக்குநர் கே. ராம்நாத் சில மாற்றங்களுடன். படமாக்கினார். பிரெஞ்சுப் புரட்சிக்குப் பதிலாக இந்தியச் சுதந்திரப் போராட்டம் பின்னணியாக்கப்பட்டது... போலீசாரின் உடை, கோச்சு வண்டிகள், நீதிமன்ற அமைப்பு இவை நாற்பதுகளின் வரலாற்றுச் சூழலை நன்றாகத் தோற்றுவித்தது. இது கற்பனைக்கதை என்றாலும் நம் நாட்டின் ஒரு முக்கியக் காலகட்டத்தை மையப்படுத்தியது. ஆனால் **பராசக்தி** (1952) **அந்த நாள்** (1954) போன்ற படங்களின் கதைகளும் பிரிட்டீஷ் ஆட்சிக் காலப்பின்னணில் இருந்தாலும், அந்த காலத்தைத் திரையில் தோற்றுவிக்க எந்த முயற்சியும் எடுக்கப்படவில்லை... **பராசக்தியில்** இந்திய வரலாற்றின் ஒரு முக்கிய நிகழ்வான பர்மா வழி நடைப்பயணம் பாத்திரப்பேச்சால் சொல்லப்படுகின்றது. காட்சிப்படுத்தப்படவில்லை. இதற்கு முன் வெளியான **மானஸம்ரக்ஷணம்** (1945) என்ற கே. சுப்ரமணியம் இயக்கிய போர்க்காலப் பின்னணிப் படத்தில் இந்த வரலாற்றுப்பிரசித்தி பெற்ற நடைப்பயணம் காட்டப்பட்டதாக அறிகின்றோம், இப்படம் அழிந்துபட்டுவிட்டது.

கல்கியின் **பார்த்திபன் கனவு** (1960), கற்பனைக்கதை என்றாலும் வரலாற்று நாயகர்களான பல்லவ மன்னன் நரசிம்மவர்மன், சிறுத்தொண்டர் போன்றோர் முக்கிய கதாபாத்திரங்களாகத் தோன்றுகின்றனர். என்றாலும் ஆடைகளும், ஆபரணங்களும் பொருத்தமற்றவையாக இருந்தன. ஒரு கலைக்கூடத்தில் காட்சிப்படுத்தப்பட்டிருப்பது போலப் பல்லவர் கால ஆடை அணிகலன்கள் மாமல்லபுரத்தில் காணக்கூடியதாக இருந்தாலும் இதைப் படத்தை எடுத்தவர்கள் பார்க்கக் கூட இல்லை போலிருக்கின்றது. சோழத்தளபதி மாரப்ப பூபதி 18ஆம் நூற்றாண்டில் பயன்படுத்தப்பட்ட மராத்திய தலைப்பாகையை அணிந்திருக்கின்றார். எந்த விதமான வரலாற்றுத் தாக்கத்தையும் பார்ப்போரிடம் இந்தப்படம் ஏற்படுத்தவில்லை. அதே போன்ற ஒரு படம்தான் **ராஜராஜசோழன்** (1973). வண்ணப்படம் அதுதான் வேறுபாடு. இதில் கதைமாந்தர்கள் பேசியவிதம், நடந்த பாணி இவைகளுடன் நடிப்பும் மோடித்தனமாக (stylized) இருந்ததால் நாடகத்தன்மை ஓங்கி இருந்தது. குந்தவி போன்ற பெண் பாத்திரங்கள் செப்புச்சிலைகள் போல, திரிபங்க நிலையில், நின்றனர். படமாக்கப்பட்ட நாடகமொன்றைப் பார்க்கும் உணர்வே மேலிட்டது. இயக்குநர் நாடக மேடைப் பாரம்பரியத்திலிருந்து வந்தவர் என்பதைப் பின்னணி இசை, முன்கோணப்படப்பிடிப்பு போன்ற கூறுகள் காட்டுகின்றன. இந்தப்படம் டி,கே.எஸ் சகோதரர்களின் நாடகமொன்றை அடிப்படையாகக் கொண்டது என்பதை நினைவில் கொள்ள வேண்டும்.

தமிழகத்தில் 18ஆம் நூற்றாண்டின் இறுதிப் பத்தாண்டுகளில் பிரிட்டீஷ் கிழக்கிந்தியக் கம்பெனி, சிறு ராஜ்ஜியங்களை அடக்கி இணைக்கும் முயற்சியில் தீவிரமாக இருந்த போது அதை எதிர்த்துச் சில பாளையக்காரர்கள் எழுந்தனர். பாளையக்காரர் போர் (Poligar wars) என்று வரலாற்றாசிரியர்களால் குறிப்பிடப்படும் இந்நிகழ்வுகளைப் பின்புலனாகக் கொண்டு வந்த படங்கள் **வீரபாண்டிய கட்டபொம்மன், சிவகங்கை சீமை** தென்னிந்திய வரலாற்றில் முக்கியமான கால கட்டத்தைச் சார்ந்தவை.

சிவகங்கை சீமை பெருமளவு உண்மை நிகழ்ச்சிகளின் அடிப்படையிலேயே எடுக்கப்பட்டிருந்தாலும், கற்பனைப் பாத்திரங்களையும் புகுத்தி இருந்ததால் நம்பகத்தன்மை குறைந்தது. இந்திய வரலாற்றின் முக்கியமான ஒரு கட்டத்தில் நடைபெற்ற இந்தச் சம்பவங்களைக் காட்டும்போது, வரலாற்றுச்சூழலைக் காட்டுவதற்கு எவ்வித முயற்சியும் எடுக்கப்பட வில்லை. இரண்டு பிரிட்டீஷ் அதிகாரிகள் படம் முழுவதும் ஒரே

உடையில் தோன்றுகின்றனர். கர்னல் வெல்ஷ் சதா சர்வ காலமும் பணி நேரத்திலும் குடித்துக்கொண்டிருப்பவராக சித்தரிக்கப்பட்டிருந்தார். கதாபாத்திரங்கள் காமிராவை நோக்கிச் செந்தமிழில் நீண்ட வசனங்களை, சொற்பொழிவு ஆற்றுவதைப் போல, பேசியது மேடை நாடகங்களை நினைவூட்டியது.

விடுதலைப்போராட்ட நிகழ்வுகளை அடிப்படையாகக் கொண்டு தயாரிக்கப்பட்ட அபூர்வமான படங்களில் ஒன்று **கப்பலோட்டிய தமிழன்** *(1961)*. சுதேசி இயக்கம்தான் இதற்குப் பின்புலம். அந்த ஆண்டின் சிறந்த தமிழ்ப்படமாக இது தேர்ந்தெடுக்கப்பட்டலும், வரலாற்றுச் சம்பவங்கள் துல்லியமாகப் படமாக்கப்படவில்லை. பெரும்பாலான காட்சிகள் ஸ்டுடியோவிற்குள்ளேயே படமாக்கப்பட்டிருந்தன. வரலாற்றை வெளிப்படுத்தும்படி எவ்விதக்காட்சி அமைப்புகளும் இல்லை. அந்நியத்துணிகளைத் தீக்கிரையாக்கும் காட்சிகளும், சிதம்பரனார் பிட்டீஷ் அதிகாரிகளுடன் விவாதிக்கும் காட்சிகளும் தட்டையாகவும், பொருத்தமற்றவையாகவும் இருந்தன. பிபின் சந்திரபாலின் கைது தொடர்ந்து தூத்துக்குடியில் ஏற்பட்ட கலவரம், ஹார்வி மில் வேலைநிறுத்தம், சிதம்பரம் கப்பல் ஓட்டியது போன்ற காட்சிகள் நன்றாக எடுக்கப்பட்டிருந்தன.

ஔவையார்

இங்கே ஒரு அடிப்படைப் பிரச்சனை உள்ளது. தமிழ்ச் சினிமாவின் பாரம்பரியத்தைக் கவனித்தால் வரலாற்றுக் கதைகளும் பொழுதுபோக்குப் படத்தின் வடிவத்திலேயே உருவாக்கப்பட்டது புலப்படு கின்றது. டூயட்டுகள், நடனம், சண்டைக்காட்சிகள், காதல் காட்சிகள், ஆட்டபாட்டம், துரத்தல் போன்ற கூறுகளைச் சரித்திரப்படங்களிலும் திணித்து அவற்றின் நேர்மையை, தாக்கத்தை நீர்த்துப் போகும் படி செய்தனர். சினிமா என்ற கலை வடிவம் கிளுகிளுப்பை ஊட்டும் பொழுதுபோக்குத் தான் என்ற நோக்கு நம் பொதுப்புத்தியில் உறைந்து விட்டது. படங்களை அவைகளின் உள்ளடக்கத்தை வைத்து வகைப்படுத்தும் பழக்கம் நம் திரைப்படப் பாரம்பரியத்தில் இல்லை. ஆகவே கேளிக்கை அம்சங்கள் இல்லாத படங்களை நம்மால் எதிர்கொள்ள முடிவதில்லை. **கப்பலோட்டிய தமிழனில்** மாடசாமி எனும் துணைப்பாத்திரத்தின் காதல் கதையும் ஒரு டூயட்டுடன் புகுத்தப்பட்டிருந்தது. **சிவகங்கை சீமையில்** குழு நடனங்கள் இருந்தன.

கப்பலோட்டிய தமிழனில்
சிவாஜி கணேசன்

ஜவஹர்லால் நேருவின் **Discovery of India** என்ற நூலை அடிப்படையாகக் கொண்ட ஷ்யாம் பெனகல் இயக்கிய **பாரத் கா எக் கோஜ்** என்ற தொலைக்காட்சித் தொடர் 1988இல் ஒளிபரப்பானது. இதில் 15, 16ஆம் கிளைக்கதைகள் சிலப்பதிகாரத்தையும், 22, 23 ஆம் கிளைக்கதைகள் ராஜராஜசோழனின் கதை பற்றியும் கூறியது. இவைகளில் என்னைக்கவர்ந்த அம்சம் ஆடை, அணிகலன் மேல் செலுத்தியிருந்த கவனம். எளிமையாக, சிற்பங்களில் ஓவியங்களிலும் காட்சிப்படுத்தப்பட்ட உடைகளும், நகைகளும் பயன்படுத்தப்பட்டிருந்தன. இதில் கோவலன், கண்ணகிப் பாத்திரங்கள் என் மனதில் நிற்கின்றன. பல்லவி ஜோஷி கண்ணகியாகத் தோன்றினார். பேசும் முறையும் இயல்பாக இருந்ததால் பாத்திரங்கள் உயிர்ப்புடன், நம்பகத்தன்மையுடன் தோன்றினர். ஆனால் இந்தத் தொலைக்காட்சித்தொடர் தமிழ்த்

திரையுலகில் எந்த ஒரு பாதிப்பையும் ஏற்படுத்தவில்லை. நமது பத்திரிக்கைகளும் அதைக்கண்டு கொண்டதாகத் தெரியவில்லை.

பாரதி படம் வெளியான 2000 ஆண்டுக்குப் பிறகு சரித்திரக் காலத்தைத் திரையில் மீட்டெடுக்கச் சில சீரியமுயற்சிகளைப் பார்க்கின்றோம் பாத்திரத்திரங்களுக்கேற்ற நடிகர்களை ஞான ராஜசேகரன் தெரிந்தெடுத்திருந்தார். குவளைக்கண்ணனாக கஜேந்திரன் ஒரு எடுத்துக்காட்டு. சிறிது நேரமே தோன்றினாலும் பாரதிதாசன் நினைவில் நிற்கின்றார். காந்தி, ராஜாஜி, பாரதி, வ.ரா தோன்றும் காட்சி அருமையாகப் படமாக்கப்பட்டிருந்தது. (எத்தனைத் தமிழ்ப்படங்களில் காந்திஜி ஒரு பாத்திரமாகக் காட்சிப்படுத்தப்பட்டிருக்கின்றார்?) ஆடைகள் அந்தக் காலகட்டத்தை நன்றாகப் பிரதிபலித்தன.

தமிழ்த்திரையில் இது ஒரு நல்ல வரலாற்றுப்படம் என்று துணிந்து சுட்டிக்காட்டக்கூடியது கமலஹாசன் இயக்கி 2000இல் வெளி வந்த **ஹே ராம்** . . . காந்திஜி, சுராவர்தி, அபுல் கலாம் ஆசாத், கோட்சே போன்றோர் படத்தில் கதை மாந்தர்களாகத் தோன்றுகின்றனர். ஆழ்ந்த ஆராய்ச்சிக்குப் பின்னரே படம் தயாரிக்கப்பட்டு இருப்பது ஒவ்வொரு காட்சியிலும் வெளிப்படுகின்றது. உடை, அணிகலன், ஆபரணங்கள், சிகையலங்காரம் இவற்றைக் கச்சிதமாகக் காலத்திற்கேற்பச் சரிதா, அமைத்திருந்தார். போலீஸ் சீருடை, சுவரில் தொங்கும் காலண்டர், அன்றாடம் புழங்கும் ஃபேன், கட்டில் போன்ற சிறு சிறு உபகரணங்களிலும், கைத்துப்பாக்கி போன்ற ஆயுதங்களிலும், வாகனங்களிலும் கலை இயக்குநர் சாபு சிரிலின் திறமை தெரிகின்றது. வரலாற்றுச் சூழல் நன்றாக மீட்டெடுக்கப்பட்டிருக்கின்றது. ஆனால் பெருவாரியான விமரிசனங்கள் படத்தின் இந்தப் பரிமாணத்தைத் தொடவில்லை என்பது நமது சினிமா ரசனை எந்த நிலையில் இருக்கின்றது என்பதைக் காட்டுகின்றது படமெடுக்கும் பொழுதே ஒலிப்பதிவையும் செய்தது (live sound recording அதாவது டப்பிங்கைத் தவிர்த்து) படத்தின் நம்பகத்தன்மையைக் கூட்டுகின்றது. நம் நாட்டில் **லகான்** படத்திற்குப் பின் இந்த முறையில் ஒலிப்பதிவு பல படங்களில் செய்யப்படுகின்றது. என்றாலும் டூயட் பாடல்கள், சண்டைக்காட்சிகள் போன்ற சமரசங்களும் இப்படத்தில் இருந்தன. 2008 வெளியான **தசாவதாரம்** முதல் பகுதியில் சோழமன்னன் தோன்றும் காட்சிகள் வரலாற்றுக் காலத்தை ஒட்டி அருமையாக உருவாக்கப்பட்டிருந்தன.

மதராசபட்டினம் (2010) படம் நூறாண்டுகளுக்கு முந்தைய சென்னையை அழகாகப் பிரதிபலிக்கின்றது. ஆடைகள்,

வாகனங்கள், கட்டிடங்கள் இவைகளில் நல்ல ஆய்வு தெரிந்தது. பிரிட்டீஷ் கதாபாத்திரங்களில் வெள்ளைக்காரர்களே நடித்தது நம்பகத்தன்மையைக் கூட்டியது. கட்டபொம்மனில் தோன்றிய ஜாக்சன் துரையை எண்ணிப்பாருங்கள்.

தமிழ்நாட்டில் **ராஜா தேசிங்கு** (1936, 1960), **சித்தூர் ராணி பத்மினி** (1963) போன்ற இந்து முஸ்லிம் கதைமாந்தர்கள் கொண்ட படங்கள் எடுக்கப்பட்டிருந்தாலும், மக்களிடையே அவை எந்தப்பிரச்சனையையும் எழுப்பவில்லை. இது இங்குள்ள மதநல்லிணக்கப் பாரம்பரியத்திற்கு ஒரு சான்று. அது தொடர வேண்டும் என்பதுதான் என் போன்றோரின் கனவு.

தடம், பிப்ரவரி 2018

9

தமிழரும் அவர்தம் சினிமாவும்

தமிழ்நாட்டுக்கு வெளியில் கருத்தரங்குகளில் பங்கெடுக்கும் போது நான் அடிக்கடி எதிர்கொள்ளும் கேள்வி." ஏன் தமிழ்நாட்டில் மட்டும் சினிமா இவ்வளவு தாக்கத்தை ஏற்படுத்தியுள்ளது? தமிழர்களுக்கு ஏன் திரைப்படங்களில் இத்தகைய நாட்டம்? எப்படி இந்தப் புதிய கலை வடிவம் இங்கு சகல மக்களையும் பைட் பைப்பர் மாதிரி தன் பின்னால் ஈர்த்துக்கொண்டு செல்கின்றது?" இந்தக் கேள்விகளுக்கு விடைதேட ஒரு நூறாண்டு பின்னோக்கிப் போகவேண்டும். வரலாற்றில் தானே எல்லாப் பிரச்சினைகளின் வேர்களை நாம் தேட வேண்டும்.

நூற்றாண்டுகளுக்கு முன் இங்குச் தமிழ்ச் சினிமா தோன்றியபோது அதை யாரும் கண்டுகொள்ள வில்லை. முற்றிலும் தொழில் நுட்பம் சார்ந்த ஒரு புத்தம்புதியகலை தங்கள் கண்முன்னே உருவாகி வளர்வதை யாரும்பொருட்படுத்தவேயில்லை.

இந்தக் காலகட்டத்தில்தான் தமிழ்நாட்டில் தொழிலாளி வர்க்கம் என்ற ஒரு மக்கள் பகுதி உருவாகிக்கொண்டிருந்தது துணி ஆலைகள், தொடர்வண்டிப் போக்குவரத்து, கட்டிடத்தொழில்

முதலியன தோன்றியிருந்தன. மக்கள் திரள் சமுதாயம் உருவாகிக்கொண்டிருந்தது. இவர்களைச் சலனப்படம் பெரிதும் ஈர்த்தது.

ஆண்டவன் கட்டளை அரசு எந்திரத்தின் செயல்பாட்டிலுள்ள பித்தலாட்டங்களை காட்டியது

அன்றிருந்த படித்தவர்களின் நோக்கு சினிமாவின் வளர்ச்சிக்கு உதவுகிற மாதிரி இல்லை. இந்த உதாசீனத்திற்குச் சமூகவியல் ரீதியான காரணம் ஒன்றிருந்தது. ஒன்றின் கீழ் ஒன்றாய், அடுக்கடுக்காய் அமைந்திருந்த நம் சமுதாயக் கட்டமைப்பில் எல்லா அடுக்குகளையும் ஊடுருவிய சாதனமாகச் சினிமா உருவானது. யாவரும் பாகுபாடின்றிப் பார்க்கக்கூடிய ஒரு வெகுசன ஊடகமாகச் சினிமா பரிணமித்திருந்தது. சாதியால் பிளவு பட்டிருந்த ஒரு சமுதாயத்தில், சாதி, வர்க்கப் பேதமில்லாமில் எல்லாரும் கூட முடிந்த ஒரு இடமாகத் திரை அரங்கு தோன்றியது.

படித்த கூட்டத்திற்கு, அந்தக் காலத்து மேட்டுக்குடியினருக்கு இது சகிக்கவில்லை. கீழ்த்தட்டில் இருந்தவன் ரசிப்பதை மேல்தளத்துக்காரர் கண்டு கொள்ளவே மாட்டார். கூலிக்காரனும் ரிக்ஷாக்காரனும் கண்டு மகிழும் ஒரு ஊடகத்தை ஊக்குவிப்பதா என்ற மனோபாவம் வளர்ந்தது. சினிமாவை, அதன் பலத்தை,

அதன் சாத்தியக்கூறுகளை அவர்கள் கண்டு கொள்ளவேயில்லை. இது பாமரமக்களின் கேளிக்கை என்று படித்தவர்களும் எழுத்தாளர்களும் புறக்கணித்தார்கள்.

சினிமா தோன்றி மக்களிடையே வரவேற்புப் பெற்றுக் கொண்டிருந்த காலத்தில் இருந்த எழுத்தாளர்கள் சினிமா பற்றி எழுதவேயில்லை. இரண்டு எடுத்துக்காட்டுகள் ஒன்று சுப்ரமணியபாரதி இரண்டாவது மாதவையா. பாரதி *சுதேசமித்திர*னில் வேலை செய்தபோது அவரது அலுவலதிற்கு அருகிலேயே ஒரு திரை அரங்கம் இயங்கிக்கொண்டிருந்தது. அது அவரது கவனத்தை ஈர்க்கவில்லை. ஆனால் சென்னைத் தீவுத்திடலில் முதன்முறையாக ஒரு விமானம் இறங்கிய போது அதைப்பற்றிப் பாரதி எழுதினார். அதே போல மாதவய்யாவும் சினிமாவைக் கண்டுகொள்ளவில்லை. அவர்களுக்குப்பின் வந்த எழுத்தாளர்களும் சினிமாவைப் பற்றி எழுதாததால் சினிமா விமர்சனம் வளரவில்லை.

அது சுதந்திரப் போராட்டக் காலம். தேசியத் தலைவர்களும் சினிமாவைச் சாடினார்கள் 1927 காந்திஜி சினிமாவை The evil it has done is patent என்றார். மதராஸ் ராஜதானிக்கு முதல்வராக இருந்த ராஜாஜி சினிமா ஒழிக்கப்பட வேண்டிய நச்சு என்று

சதாசிவம், எம் எஸ், எல்லீஸ் டங்கன், **மீரா** படப்பிடிப்பில்

பேசினார். சினிமாவினால் எந்தப்பயனும் இல்லை என்றார் பெரியார். இதே காலகட்டத்தில், 1927இல். வரலாற்றுப் புகழ் பெற்ற அந்த வாக்கியத்தை லெனின் சொன்னார் "உலகின் எல்லாக் கலைகளிலும் முக்கியத்துவம் வாய்ந்தது சினிமா தான்" என்று. ரஷியாவில் மட்டுமல்ல . . . பிரிட்டன், பிரான்ஸ், ஜெர்மனி போன்ற நாடுகளிலும் இந்தப் புதிய கலையின் மகத்துவம் புரிந்து கொள்ளப்பட்டது. அரசும், எழுத்தாளர்களும், கல்விப்புலமும் சினிமாவின் தோற்றப் பருவத்திலேயே அதில் ஆர்வம் காட்டி வளர்த்தனர். நம் நாட்டில் சினிமாவின் சிறுபிராயம் வேறு விதமாக இருந்தது.

இப்படி எல்லாத் திசையிலிருந்தும் சினிமா நிந்திக்கப்பட்ட காலத்தில் தமிழ்நாடு காங்கிரஸ் தலைவர் சத்தியமூர்த்தி மட்டும் சினிமாவை ஆதரித்துப் பேசினார். சினிமா ஒரு பாடமாக கல்லூரிகளில் வைக்கப்படவேண்டும் என்று மதராஸ் பல்கலைக் கழக செனட்டில்கூறினார். சுகுண விலாஸ் சபா நாடகங்களில் நடித்த இவர் கலைஞர்களுக்கு ஒரு தலைவராக விளங்கினார்.

இங்கே நாம் நினைவில் கொள்ள வேண்டியதுஞ். காங்கிரஸ் தான் சினிமாவை முதலில் அரசியல் பிரச்சாரத்திற்கு பயன்படுத்தியது. 1937இல் நடந்த பொதுத்தேர்தலின் பல சினிமா நடிகர்கள் பிரச்சாரத்தில் ஈடுபட்டனர். அது மட்டுமல்ல. சட்டசபைக்கும் நுழைந்த முதல் சினிமா நட்சத்திரம் ஒரு காங்கிரஸ் ஆதரவாளர் கே.பி. சுந்தராம்பாள். அவர் 1958இல் மேல் சபை உறுப்பினரானர்.

சத்தியமூர்த்தி 1943இல் காலமானபின் சினிமாவிற்காகப் பரிந்து பேசுவோர் யாரும் இல்லாமல் போனது. அவர் தலைமையின் கீழ் இருந்த கலைஞர் கூட்டம் அவர் இறந்த பின் வழிகாட்டல் இன்றி மிதந்துகொண்டிருந்த சமயத்தில் நிகழ்கலைகளின் சக்தியை உணர்ந்த திராவிட இயக்கம் அதைச் சுவிகரித்துக்கொண்டது. மீதிக் கதை உங்களுக்கு தெரியும்.

பிரிட்டீஷ் அரசும் உள்ளூர் சினிமாவிற்கு எந்த ஊக்குவிப்பும் கொடுக்கவில்லை. மேற்கத்திய பட ங்களுக்கு ஆதரவு கொடுத்தது. இத்துடன் 1918இல் அமுலாக்கப்பட்ட தணிக்கை முறை தமிழ்ச்சினிமாவைஅமுக்கி வைத்தது. அதிலும் இரண்டாம் உலகப்போர் ஆண்டுகளில் தணிக்கை கடுமையாக இருந்தது எந்தப்பிரச்னைகளிலும் சிக்காமல் இருக்க இயக்குநர்கள் வெறும் பொழுதுபோக்குப் படங்களையே உருவாக்கினார்கள். பாட்டு, நகைச்சுவை, பெண்ணுடல் காட்டல், ஆட்டபாட்டம், துரத்தல், அடிதடி என்ற ரீதியில். இதுதான் சினிமா என்றாயிற்று. ஒரு

பல்சுவை நிகழ்ச்சி போல. ஆகவே, சிந்திப்பதற்கு உள்ளடக்கத்தில் ஒன்றுமில்லாததால் சினிமாவைப்புலனளவில் அணுக ஆரம்பித்தோம்.

சுதந்திரம் வந்த பின்பும் காமராஜ் சினிமாவை மதிக்க வில்லை. நடிகர்களைக் கூத்தாடிகள் என்று குறிப்பிட்டார். ஆனால் அவர் காலத்தில் கிராமப்புறத்திற்குக் கொண்டு செல்லப் பட்ட மின்சாரம், தமிழகத்தில் சினிமா வேரூன்ற வழி செய்தது. டூரிங் டாக்கீசுகள் பட்டிதொட்டிகளெல்லாம் பரவின. சினிமா மக்களுக்கு நெருக்கமானது.

சினிமா என்றால் பொழுதுபோக்கு என்ற நிலை வந்து விட்டது. அதன் மீது விதிக்கப்பட்ட வரிக்குப் பெயர் கூடக் கேளிக்கை வரிதான். சினிமா பொழுதுபோக்கிற்காக இருக்கக் கூடாது என்று நான் கூறவில்லை. சில சிறப்பான பொழுதுபோக்குப் படங்கள் வந்துள்ளன. ஆனால் அந்தத் தளத்திலேயே நின்று விடக்கூடாது. நவீன உலகின் ஒரு உன்னதமான கலைவடிவம் இங்கு வளர்ச்சி குன்றிய நிலையிலேயே உறைந்து விட்டது. திரைப்படங்களின் உள்ளடக்கமும் ஒரு கருத்தும் இல்லாமல் படமாக்கப்பட்ட பல்சுவை நிகழ்ச்சி போல் அமைந்து, நேரம் கொல்லிப்படங்களாக வந்தன.

அரசியல் சினிமா மலராமல் போனதற்கு இந்த நிலை ஒரு காரணம். பிரெஞ்சு இயக்குநர் ஒருவர் சொன்னார் "Making political cinema is different from making cinema politically" என்று. அரசியல் சினிமாவில் உள்ளடக்கத்தில் அரசியல் சித்தாந்தம் அடங்கியிருக்கும். அதிலே பாத்திரங்களின் பேச்சு மூலம் பிரசங்கம் செய்யவே தேவையில்லை. குறிப்பாக, **அவன் அமரன்** (1958) **தண்ணீர் தண்ணீர்** (1981) **அக்ரகாரத்தில் கழுதை** (1979) போன்ற படங்களைக்கூறலாம். சினிமாவின் தன்மைகளை உணர்ந்து அதைப் படைப்பாக்கத்திற்குப் பயன்படுத்துவர்களால்தான் அரசியல் சினிமாவை உருவாக்க முடியும். சம்பந்தமில்லாத பொழுதுபோக்கு அம்சங்களை அதில் கலந்தால் படத்தின் தாக்கம் நீர்த்துப்போகும். அரசியல் நோக்கத்திற்காகத் திரைப்படம் தயாரிப்பது வேறு விஷயம்.

நம் திரைப்படங்களில் உள்ளடக்கம் சிறப்பாக இல்லாததால் நடிகர்கள் முக்கியத்துவம் அடைந்தார்கள். அவர்கள் போற்றப்பட்டார்கள். இது தியாகராஜ பாகவதர், பி.யு. சின்னப்பா காலத்திலேயே நடந்து விட்டது. சினிமா விமர்சனம் வளரவில்லை. நடிகர்களைப்பற்றி எழுதினார்கள். அவர்களைப் புகழ்ந்தே கட்டுரைகள் வெளி வந்தன. படத்தை

உருவாக்கும் இயக்குநர்களுக்கு முக்கியத்துவம் அளிக்கப்பட வில்லை. சினிமாப் பத்திரிக்கை என்று பார்த்தால் அதில் சினிமாவைப்பற்றி ஒன்றும் இருக்காது. நடிகர்களைப் பற்றித் தான் இருக்கும் அதிலும் அவரது நடிப்பைப்பற்றி எதுவும் இருக்காது. அவர் என்ன சாப்பிட்டார், அவருக்கு என்ன பிடிக்கும்... இந்த ரீதியில் அவரது சொந்த வாழ்வு பற்றி விவரங்கள் இருக்கும். இந்தப் பின்புலத்தில்தான் ரசிகர் மன்றங்கள் தோன்றின. ஆயிரக்கணக்கான இந்த மன்றங்களைச் சாரமாகக் கொண்டு நட்சத்திர அரசியல்வாதிகள் (Star politicians) தோன்றினார்கள். நடிகர்களைப் போற்றும் வழக்கம் தொடர்ந்து வழிபாட்டு நிலையை அடைந்தது. இந்த நிலையைத்தான் வெங்கட் சாமிநாதன் "பொம்மலாட்டக்காரனைப் பொம்மைகள் கைப்பற்றி விட்டன" என்று வர்ணித்தார்.

எழுபதுகளில் சென்னையில் எஸ். விஜயலட்சுமி என்ற ஆய்வாளர் – அன்றிருந்த சோஷலிஸ்ட் கட்சியைச் சேர்ந்தவர் – தமிழ்நாட்டில் சினிமா பார்க்கும் வழக்கத்தைப் பற்றிச் செய்த ஒரு மதிப்பாய்வில் இந்தியாவிலேயே அதிகமாகச் சினிமா பார்ப்பவர்கள் தமிழர்கள்தான் என்று கண்டறிந்தார். மக்கள் தொகை அடிப்படையில், விகிதாச்சார முறையில் நோக்கினார், இங்குதான் அதிகத் திரையரங்குகள் இருக்கின்றன என்பது தெரியவந்தது. சினிமாவின் ஈர்ப்பிற்கு இதுவும் ஒரு காரணம். அவர் கேளிக்கை வரிப்புள்ளி விவரங்களையும் ஆய்வு செய்து அவரது அவதானிப்புகளை **The impact of Film on Society** என்ற நூலில் 1971இல் பதிவு செய்தார்.

பள்ளிகளிலும், கல்லூரிகளிலும் உலகின் உன்னத இலக்கியங்கள் மாணவர்களுக்கு அறிமுகப்படுத்தப்படுகின்றன. பல்கலைக்கழகங்களில் இசைக்கு என்று ஒரு தனித்துறை இருக்கின்றது... நடனம், நாடகம் போன்ற நிகழ் கலைகளுக்கு இடமுண்டு. சினிமா எனும் கலாச்சாரச் சாதனம் பற்றி எந்த விளக்கமும் கிடையாது. இன்று சினிமா நம் வாழ்வின் எல்லாப் பரிமாணங்களிலும் நீக்கமற நிறைந்திருந்தாலும் சினிமா ரசனையை உருவாக்கிக் கொள்ள எந்த வித முயற்சியும் தேவையில்லை என்றே நினைக்கின்றோம். கல்விப்புலத்தில் சினிமா பற்றிய பேச்சே கிடையாது.

சினிமா விமர்சனமும் நம்முள் வளரவில்லை. கதை ஒன்றை விமர்சிப்பதைப்போல் தான் அவை எழுதப்படுகின்றன. கதாபாத்திரங்களின் பெயர்களை விட்டுவிட்டு நடிகர்களின் பெயர்களைக்குறிப்பிட்டு விமர்சனங்கள் எழுதப்படுகின்றன. கதாபாதிதிரத்திற்கும் நடிகருக்கும் உள்ள அடையாள வேறுபாடு

மங்கி விடுகின்றது. கதாபாத்திரங்கள் சொல்வது நடிகர்கள் சொல்வது போலவே நம்பப்படுவதை முகநூல் போன்ற ஊடகப்பதிவுகளில் காண முடிகின்றது.

யதார்த்தபாணி படமான **காக்கா முட்டை** நல்ல வரவேற்பை பெற்றது

6500க்கும் மேற்பட்ட தமிழ்த்திரைப்படங்கள் வந்து விட்டன. ஆனால் எத்தனை படங்கள் பன்னாட்டுச் சினிமா வரலாற்றில் இடம் பெற்றுள்ளன என்று கேட்டால் நீண்ட நேரம் யோசிக்க வேண்டியிருக்கின்றது. உலக சினிமா தரத்திற்கும் ஒரு தமிழ் சினிமாவின் தரத்திற்கும் இடைவெளி மிகவும் அதிகமாக இருக்கின்றது. அண்மையில் சில நல்ல அறிகுறிகள் தென்படுகின்றன. **சூது கவ்வும்** (2013), **காக்கா முட்டை** (2015), **விசாரணை** (2015) **ஆண்டவன் கட்டளை** (2017) உள்ளிட்ட படங்கள் வருகின்றன. அதிலும் To Let படத்திற்குக் கான் திரைப்பட விழாவில் கிடைத்த வரவேற்பு வரலாற்றுச் சிறப்புடையது. என்றாலும் தமிழ்ச் சினிமா வளர்ந்து விட்டது என்று சொல்லும் நிலையில் இல்லை.

இந்தப் புள்ளியிலிருந்து நாம் நகர வேண்டும் இல்லை யென்றால் முதுகின் மீது ஏறித் தொத்திக்கொண்ட கிழவனை அகற்ற முடியாத சிந்துபாதின் நிலைமைதான் நமக்கும். எனது வேண்டுகோள் சினிமா ரசனை பள்ளிகளிலும் கல்லூரிகளிலும் கற்றுத் தரப்பட வேண்டும். இசைக்கு இத்தகைய பயிற்சி

அளிக்கின்றோம். ஒரு கட்புல ஊடகமாகச் சினிமாவை எதிர்கொள்ள நாம் பழக வேண்டும்.

அத்தகைய பயிற்சி, புரிதல் நமக்குக் கிடைத்தால் நாம் சினிமாவை அறிவுப்பூர்வமாக அணுக முடியும். அத்தகைய ஒரு அணுகுதலில் ஒரு திரைப்படத்தைப் பார்க்கும் போது இரண்டு கேள்விகள் நம் மனதில் எழ வேண்டும். இயக்குநர் என்ன சொல்கிறார்? அதை எப்படிச் சொல்கிறார்? என்பது தான் சினிமாவின் கூறுகள். அதைப்புரிந்து கொள்ள முயன்றால் நம் சினிமா அனுபவமும் ஆழமொன்றானதாக அமையும்.

— சென்னை 16.6.18 கல்வியாளர் ஆனந்தகிருஷ்ணனின் 90ஆவது பிறந்த நாள் கருத்தரங்கில் ஆற்றிய உரையைத்தழுவியது.

காலச்சுவடு, ஜூலை 2018

10

சினிமாவின் ஆதாரசுருதி காட்சிப் பிம்பம்தான்

(தியடோர் பாஸ்கரன் – யமுனா ராஜேந்திரன் உரையாடல்)

எனக்கு இன்னும் பசுமையாக ஞாபகம் இருக்கிறது; 'அலைகடலில் எங்களது சிறிய தோணி, கலை உலகில் எங்களது புதியபாணி' எனும் வாக்கியம்; தண்ணீரின் மத்தியில் நின்றபடி படகு வலிக்கும் ஆண்மகனின் பிம்பம். இதுதான் 'சித்ராலயா' இதழின் முத்திரைச் சின்னம். அன்று இயக்குநர் ஸ்ரீதரின் பிறந்த நாள். வானொலியில் ஒலிபரப்பப் பட்ட அவரது படப் பாடல்களைக் கேட்டபடி, தனது காரில் சென்றுகொண்டிருந்த தியடோர் பாஸ்கரனுக்கு ஸ்ரீதரைச் சந்திக்க வேண்டும் என்று தோன்றுகிறது. ஸ்ரீதருடன் தொடர்புகொள்கிறார். உடல் நலமின்றி படுக்கையில் இருக்கும் ஸ்ரீதர், "வாருங்கள் சந்திக்கலாம்" என்கிறார். இவரும் அங்கு போகிறார். திரைப்படங்கள் குறித்துப் பேசுகிறார்கள். ஸ்ரீதர் நடத்திய **சித்ராலயா** இதழ்கள் பற்றிக் கேட்கிறார். 'பைன்ட்' செய்யப்பட்ட முழுத் தொகுப்பும் பத்திரமாக இருக்கிறது என ஸ்ரீதர் சொல்கிறார். தாம் நிர்வகிக்கும் ரோஜா முத்தையா நூலகத்திற்கு அவைகளைத் தரமுடியுமா என இவர் கேட்கிறார். ஸ்ரீதர் சம்மதிக்க, அடுத்த நாளே ஒரு டெம்ப்போவில் **சித்ராலயா** இதழ்கள் நூலகத்திற்கு வந்து சேர்கின்றன. **சித்ராலயா**வில் சந்திரபாபு தன் வாழ்வு பற்றி எழுதிய கட்டுரைகளை நானோ நீங்களோ இன்றும் அங்கு சென்றால் வாசிக்கலாம்.

"திருப்பூர் மாவட்டத்தின் தென்கோடியில் இருக்கும் சிற்றூரான தாராபுரத்தில் 1940ஆம் ஆண்டு பிறந்தேன். என்னுடைய பெற்றோர் பள்ளி ஆசிரியர்கள். என்னுடன் பிறந்தவர்கள் நான்கு பேர். ஒரு அண்ணன், ஒரு அக்கா, ஒரு தம்பி, ஒரு தங்கை. அங்கு போர்டு ஹைஸ்கூலில் தான் நாங்கள் படித்தோம். எஸ்.வி. ராஜதுரை என் வகுப்புத் தோழர். எங்கள் பள்ளிக்கு அருகில் அமராவதி ஆறு. ஊருக்கு மேற்கில் பரந்து விரிந்த முட்காடு. பள்ளிக்கூடம் இல்லாத நேரங்களை நாங்கள் அந்த ஆற்றின் கரையில்தான் செலவிட்டோம். வளர்ந்த பிறகுதான் அதன் தாக்கங்களைப் புரிந்துகொண்டேன். பள்ளியில் படித்துக் கொண்டிருந்தபோது இதை இதைத்தான் செய்யவேண்டும் என என் பெற்றோர் ஒருபோதும் கட்டாயப்படுத்தியது இல்லை. மிகச் சுதந்திரமாக வளர்ந்தோம். விடுமுறைகளில் கரூர் அருகே காவிரிக் கரையில் வாங்கல் கிராமத்திலிருந்த எங்கள் தாத்தா வீட்டிற்குப் போய்விடுவோம். தாத்தா தில்லைக்கண் தமிழார்வம் மிக்கவர். தமிழ்ச் செய்யுள்கள் சொல்லித்தருவார்" எனத் தனது பால்ய காலத்தை நினைவுகூரும் தியடோர் பாஸ்கரன் வரலாற்றில் முதுகலைப்பட்டம் பெற்றவர். போஸ்ட் மாஸ்டர் ஜெனரலாக இருந்து ஓய்வுபெற்றவர். தமிழ்த் திரைப்பட வரலாறு அல்லாது இவர் ஈடுபாடு காட்டும் இன்னொரு துறை சூழலியல். குறிப்பாகக் காட்டுயிர் குறித்த சுயஅனுபவங்களுடன் மொழிபெயர்ப்புக்களிலும் அவர் ஈடுபட்டிருக்கிறார். தொல்லியல் துறைசார்ந்த சில கட்டுரைகளையும் அவர் எழுதியிருக்கிறார்.

உதிரிப்பூக்கள்

திரைப்படம் மற்றும் சூழலியல் சார்ந்து தமிழிலும் ஆங்கிலத்திலும் இருபதுக்கும் மேலான நூல்களை எழுதியிருக்கிறார். அமெரிக்கப் பல்கலைக் கழகங்களில் வருகை தரு பேராசிரியராகத் தமிழ்த் திரைப்பட வரலாறும் அழகியலும் பற்றிக் கற்பித்தும் உரையாற்றியும் இருக்கிறார்.

இவ்வருடத்துக்கான(2013) 'இயல்விருது' தியடோர் பாஸ்கரனுக்குக் கிடைத்ததையொட்டிக் 'காலம்' ஆசிரியர் நண்பர் செல்வம் கேட்டுக்கொண்டவாறு, பாஸ்கரன் அவர்களது தமிழ்த் திரைப்பட வரலாறு, சூழலியல் சார்ந்த ஆய்வுகளையும் அனுபவங்களையும் தழுவிய ஒரு விரிவான உரையாடலுக்கான கோரிக்கையுடன் பெங்களூரில் வாழும் அவருடன் நான் தொடர்பு கொண்டேன். பாஸ்கரன் உடனடியாக ஒப்புக்கொண்டார். தமிழகத்திலிருந்து அவரது முழு நூற்தொகுதிகளையும் வரவழைத்து, வாசித்து முடிக்க மூன்று வாரகாலம் வரை எடுத்தது. மிகக் குறுகிய காலமே எமக்கு இருந்ததால் திரைப்படம் குறித்து மட்டுமே இப்போது உரையாடுவதென்றும், அவரது சூழலியல் அனுபவங்கள் குறித்துப் பிறிதொரு தருணத்தில் உரையாடுவதென்றும் நாங்கள் வகுத்துக்கொண்டோம்.

உங்களது கட்டுரைகளைப் படிப்பது, உங்களோடு நேரடியாக உரையாடுவது போல நெருக்கமாக இருப்பதற்கான காரணம், உங்களது சொந்த வாழ்வின் பகுதியாக, தேடலாக அது இருப்பதுதான். உங்களது முதல் திரைப்படத்தை அம்மாவின் மடியில் இருந்து பார்த்தேன் என நூலொன்றின் சமர்ப்பணத்தில் எழுதியிருக்கிறீர்கள். 75 வயதை அண்மித்துக் கொண்டிருக்கிற இன்றும்கூட திரைப்படம் குறித்த தீராத தாகத்துடன் எழுதிக்கொண்டிருக்கிறீர்கள். உங்கள் சிறுவயதில், ஊரில் சினிமா பார்த்த அனுபவங்கள் ஞாபகம் இருக்கிறதா?

நான் பிறந்து வளர்ந்த தாராபுரத்தில் இருந்த ஒரே திரையரங்கமான வசந்தா கொட்டகை ஒரு கலாசார மையம். 1927இல் 'பேசாப்படம்' காலத்திலேயே – அதாவது மௌனப்படக் காலத்திலேயே – இது ஒரு நிரந்தரக் கொட்டகையாகக் கட்டப்பட்டது என்று எழும்பூர் ஆவணக்களரியில் ஒரு குறிப்பைப் பார்த்திருக்கின்றேன். டீசலில் இயங்கும் ஒரு பெரிய ஜெனரேட்டரும் அங்கு இருந்தது. படம் காட்டும் போது கொட்டகை பீடி, சிகரெட் புகையால் நிறைந்திருக்கும். புரொஜெக்டரிலிருந்து திரைக்குச் செல்லும் ஒளிக்கற்றை இந்தப் புகைமண்டலத்தை ஊடுருவிச் செல்லும். அந்தக் காலகட்டத்தில் எல்லாத் திரையரங்குகளுமே இம்மாதிரிச் சுகாதாரமற்ற, நோய்பரப்பும் மையங்களாக இருந்தன. இருந்தாலும், ஆயிரம்

ஆயிரம் ஆண்டுகளாகச் சமத்துவமற்றிருந்த ஒரு சமுதாயத்தில், சாதி, மத, இன, வகுப்புப் பாகுபாடின்றி எல்லாரும் கூடக்கூடிய ஒரு புதிய தளமாகத் திரையரங்கு உருவாகியிருந்தது. ஒரு சராசரித் தமிழ்ச் சிறுவனுக்குச் சினிமாவின் மேல் இருக்கும் ஈடுபாடுதான் எனக்கும் இருந்தது. டாக்கீஸுக்கு வெகு அருகிலேதான் எங்கள் வீடு. இரண்டாவது ஆட்டத்தின் பாட்டுகளை வீட்டிலிருந்தே கேட்கலாம். **தெய்வநீதி** (1947), **ஞானசௌந்தரி** (1948) போன்ற படங்களை அங்கே பார்த்தது லேசாக நினைவில் இருக்கிறது. யுத்தகாலத்தில் போர்முனை நடப்புகளைச் செய்திப்படமாக 15, 20 நிமிடம் காட்டுவார்கள். இதை 'வார் படம்', 'வார் பிக்சர்' என்று மக்கள் குறிப்பிடுவார்கள். "படம் போட்டாச்சா?" என்றால், "இன்னும் இல்லை. வார் பிச்சர் ஓடிக்கிட்டிருக்கு" என்பார்கள்.

தமிழ்ப் பண்பாட்டில் வாழ்ந்துபெற்ற அனுபவங்களுடன், அந்தக் கலாசாரத்தின் பிம்ப நுட்பங்களுடன் தமிழ்த் திரைப்பட வரலாற்றை அதனது மௌனப்படக் காலம் தொட்டுப் பதிவு செய்ததில்தான் உங்களது முக்கியத்துவம் இருக்கிறது. கல்விப்புலம் சினிமாவை ஒரு பொருட்டாகக் கருதாத காலத்திலேயே சினிமா குறித்து நீங்கள் ஆய்வு செய்யத் தொடங்கிவிட்டீர்கள். சினிமாவை ஆய்வு செய்ய வேண்டும் என்ற எண்ணம் எப்போது தோன்றியது?

அரசுப் பணியில் சேர்ந்த பிறகுதான், சினிமா பற்றிய ஆங்கில நூல்களைப் படிக்க ஆரம்பித்தேன். எனக்குச் சினிமாவை அறிமுகப்படுத்திய புத்தகம் பெனலோப் ஹஸ்டன் எழுதிய 'த கான்டம்பரரி சினிமா' (The Contemporary Cinema) *(1963)* என்ற நூல். அந்தப் பிரதியை நான் இன்னும் வைத்திருக்கின்றேன். சினிமா என்பது சமூகத்தின் மொழியோடும் கலாசாரத்தோடும் நெருங்கிய தொடர்புடையது என்பதும் இந்தப் புதிய கலை நாடகத்தின் மறுபிறப்பு அல்ல என்பதும் விளங்கியது. அந்தப் புரிதல் எனது ஆய்வுப் பயணத்தின் முக்கியக் கட்டம் என்று சொல்லலாம். 1975இல் வரலாற்று ஆய்வுக்கான ஒரு நல்கை பற்றிய விளம்பரத்தைப் பார்த்தேன். எந்தப் பணியில் இருந்தாலும் இரண்டு வருடங்களுக்கு அந்த ஊதியம் தரப்படும். வரலாற்றுத் துறையில் உங்களுக்குப் பிடித்தமான எதைப் பற்றி வேண்டுமானாலும் ஆய்வு செய்யுங்கள் என்பதுதான் அந்த விளம்பரத்தின் உள்ளடக்கம். அதற்கு விண்ணப்பிக்கும் முன் எந்தத் துறையில் ஆய்வு செய்வது என்பது குறித்து ஒரு தீர்மானத்திற்கு வர இயலாத நிலை. நான் முனைவர் பட்டம் பெற்றவனோ அல்லது ஆய்வுக் கோட்பாடுகளில் தேர்ச்சி பெற்றவனோ இல்லை. அந்தத் தருணத்தில் என் நண்பர் சார்லஸ் ரையர்சன் தமிழ்த் திரைப்படத்துறை பற்றிய ஆய்வை மேற்கொள்ளுமாறு

எனக்கு யோசனை கூறினார். மதுரையில் பல ஆண்டுகள் தங்கி 'ரீஜனலிசம் அன்ட் ரிலிஜன்: த தமிழ் ரெனேசன்ஸ் அன்ட் பாபுலர் ஹிண்டுயிசம்' (Regionalism and Religion, The Tamil Renaissance and Popular Hinduism) என்ற முக்கியமான நூலை எழுதியவர் அவர். இப்பொழுது சமீபத்தில்தான், 2016இல், அமெரிக்காவிலுள்ள பிரின்ஸ்டனில் காலமானார்.

அப்போது ஆய்வாளர்கள் யாரும் தொட்டிராத தளமாகத் தமிழ்ச் சினிமா இருந்தது. 1963இல் எரிக் பர்னோவுடன் இணைந்து எஸ். கிருஷ்ணசாமி எழுதிய 'த இண்டியன் சினிமா' (The Indian Cinema) என்ற நூலில்தான் தமிழ்ச் சினிமாவைப் பற்றிய சில குறிப்புகள் இருந்தன. இதுவரைக்கும் ஆய்வுக்குட்படுத்தப்படாத பரப்பாக இருந்ததால் ஆய்வுமுறையியல் பற்றிய கேள்விகள் எழுந்தன. சினிமாவைப் பற்றி எனக்கு ஒன்றும் அப்போது தெரியாவிட்டாலும் அந்தத் துறையில் என்னால் ஒரு தொடக்கப்புள்ளியை ஏற்படுத்த முடியும் என்று சார்லஸ் நம்பிக்கையூட்டினார். நல்கையும் எனக்குக் கிடைத்தது. அஞ்சல் துறையிலிருந்து விடுப்பும் கிடைத்தது. சிவில் சர்வீஸில், மொத்த சர்வீஸில் ஐந்து வருடத்திற்கு விடுப்பில் செல்ல முடியும். இதை வெகு அரிதாகவே அதிகாரிகள் பயன்படுத்துகின்றார்கள். கார், வீடு போன்ற பதவி சார்ந்த வசதிகள் இல்லாமல் போய்விடும்; பதவி உயர்வு பாதிக்கப்படும் போன்ற அச்சங்களும் இதற்குக் காரணம். அந்த ஆண்டு பிரதமர் இந்திரா காந்தி அரசு அதிகாரிகள் கூட்டமொன்றில் பேசும்போது அதிகாரிகள் இந்த நீண்ட விடுப்பு வசதியைப் பயன்படுத்தி ஆய்வு, படிப்பு போன்ற ஆர்வங்களைத் தொடரவேண்டும் என்று கூறினார். எனது விடுப்பு விண்ணப்பத்தில் இந்தக் கூற்றைச் சுட்டிக்காட்டியிருந்தேன். விடுமுறையும் கிடைத்தது. நான் ஆய்வுக்கான திட்டமுன் வரைவை அளித்தபோது ஒரு பார்வையாளன் என்பதற்கு மேலாகச் சினிமா பற்றி வெகுவாக ஒன்றும் அறிந்திருக்கவில்லை. இந்த தலைப்பை எடுத்துக்கொண்டதற்காக நிறையப் பேருடைய கேலிக்கும் கிண்டலுக்கும் உரியவனானேன். அப்பொழுது பேராசிரியர்கள்கூட, "இதென்ன ஆய்வு?" என்பது போல்தான் பார்த்தார்கள். நீங்கள் குறிப்பிட்டது போல் கல்விப்புலம் சினிமாவை ஒரு பொருட்டாகக் கருதாத காலம் அது. விளிம்புநிலை மக்களைப்பற்றிய ஆய்வு (Subaltern Studies) போன்ற சித்தாந்தங்கள் தோன்றியிருக்கவில்லை. நான் மனச்சோர்வுக்கு ஆளானது மட்டுமல்லாமல் தவறு செய்துவிட்டோமே என்றுகூட நினைக்கத் தொடங்கினேன். இந்தக் காலகட்டத்தில் திலகா, என் மனைவி, என்னை மிகவும் ஊக்குவித்தார். "உனக்கு வரலாற்று ஆய்வு பிடித்திருந்தால், இதைத் தொடர்ந்து செய்" என்றார்.

1975இல் 'ஃபிலிம் அப்ரிசியேஷன் கோர்ஸ்' ஒன்றில் சேர்ந்தேன். புனே கல்லூரி, தேசியத் திரைப்பட ஆவணம் சார்ந்த பேராசிரியர்கள் சதீஷ் பகதூரும் பி.கே. நாயரும் அதை நடத்தினார்கள். அது ஒரு புதிய உலகை எனக்குத் திறந்து வைத்தது. பன்னாட்டுப் படங்களுக்கும் சினிமா அழகியலுக்கும் ஒரு அறிமுகம் கிடைத்தது. நாயர் என்னைத் தேசியத் திரைப்பட ஆவணத்தின் மேலாண்மைக் குழுவில் நியமித்தார். அந்தக் குழுவில் மிருணாள் சென், பகத்சவத்சலா போன்றோரோடு சேர்ந்து பணியாற்றும் வாய்ப்புக் கிடைத்தது. புனேக்கு அடிக்கடி சென்றேன். நிறைய அறிமுகங்கள் கிடைத்தன. பல திரைப்படங்களைப் பார்க்க முடிந்தது. எந்தத் தமிழ்ப் படம் வேண்டுமானாலும் பார்க்கச் சொல்வார் நாயர். அப்பொழுது 'விசிஆர்' எல்லாம் கிடையாது. 'ஸ்டீன்பெக்' எனும் மேசை மாதிரியான ஒரு கருவியில் படச்சுருளைப் போட்டுத்தான் பார்க்க வேண்டும். **அம்பிகாபதி, தியாகபூமி** போன்ற பழைய படங்களைப் பார்த்தேன். சினிமா ஓரளவிற்குப் பிடிபட ஆரம்பித்தது. தமிழ்நாடு ஆவணக்களரியிலும், டில்லி தேசிய ஆவணக்களரியிலும் ஆய்வு செய்தது நல்ல அனுபவம். சென்னையில் கே.டி. ருக்மணி, கே.பி. சுந்தராம்பாள், எம்.ஆர். ராதா போன்ற பல ஆளுமைகளைச் சந்தித்து, அவர்களது அனுபவங்களைக் கேட்டுத் தெரிந்துகொண்டேன்.

இரண்டு வருடங்கள் கழித்து மறுபடியும் பணியில் கல்கத்தாவில் சேர்ந்தேன். அங்கு வரலாற்றாசிரியர் பருண் டே அவர்களின் பரிச்சயம் கிடைத்தது. எனது ஆய்வைச் சார்ந்து கட்டுரைகள் எழுதச் சொன்னார். அப்படி எழுதிய கட்டுரைகள்தான் 'த மெசேஸ் பேரர்ஸ்: நேசனலிஸ்ட் பாலிடிக்ஸ் அன்ட் த என்டர்டெயின்மென்ட் மீடியா இன் சவுத் இன்டியா 1880 – 1945' (**The Message Bearers: Nationalist politics and the entertainment Media** 1880–1945) என்ற நூலாக 1981இல் க்ரியா பதிப்பகத்தாரால் வெளியிடப்பட்டது. இதற்குப் பல ஆண்டுகளுக்குப் பின், சினிமா ஆய்வாளர் அஷீஷ் ராஜ்யதக்ஷா அவரும் பிரிட்டீஷ் ஃபிலிம் இன்ஸ்டிட்யூட்டைச் சேர்ந்த பால் வில்லமெனும் தயாரித்துக் கொண்டிருந்த 'த என்ஸ்சைக்கோபிடியா ஆப் இன்டியன் சினிமா **The Encyclopaedia of Indian Cinema** என்ற கலைக்களஞ் சியத்தின் உருவாக்கப் பணியில் உதவுமாறு கேட்டார். சினிமா வரலாற்றில் எனது ஈடுபாட்டைப் புதுப்பித்துக்கொள்ளும் வாய்ப்பாக அது அமைந்தது. பிரிட்டீஷ் கௌன்சில் எனக்கு லண்டனில் உள்ள பிரிட்டீஷ் நூலகத்திற்குச் சென்று அங்குள்ள தமிழ் சினிமா சார்ந்த ஆவணங்களைப் பார்க்க ஒரு நல்கை தந்தது. பிரிட்டீஷ் ஃபிலிம் இன்ஸ்டிட்யூட்டிற்கும் சென்றேன்.

*இந்த ஆண்டுகளில் நான் சேகரித்த விவரங்களைக்கொண்டு 'த ஐ ஆப் த செர்பன்ட்' (***The Eye of the Serpent; An Introduction to Tamil cinema***) நூலை எழுதினேன். ஈஸ்ட் வெஸ்ட் பதிப்பகத்தார் இந்நூலை வெளியிட்டனர். 1997ஆம் ஆண்டு இந்நூலுக்காக எனக்கு ஜனாதிபதியின் தங்கத்தாமரை விருது கிடைத்தது.*

தமிழ்ச் சினிமாவைத் தமது அரசியல் பிரசாரத்திற்கும் அதிகாரத்திற்கும் பயன்படுத்தியவர்கள் திராவிட இயக்கம் சார்ந்தவர்கள்தான் என்று பொதுப்புத்தி மட்டத்தில் ஒரு கருத்து நிலவி வருகிறது. இந்த நம்பிக்கைக்கு மாறாக, நீங்கள் சத்தியமூர்த்தியை முன்வைத்து, காங்கிரஸ் கட்சியே முதலில் தமிழ்ச் சினிமாவை தமது அரசியல் பிரசாரத்திற்குப் பயன்படுத்தியது என்பதை நிறுவுகிறீர்கள். காங்கிரஸ் சார்பில் சத்தியமூர்த்தியையும் திராவிட இயக்கத்தின் சார்பில் சி.என். அண்ணாத்துரையையும் நீங்கள் குறிப்பிடுகிறீர்கள். இவர்களின் சமகாலக் கம்யூனிஸ்ட் இயக்கத் தலைவரான ப. ஜீவானந்தம் அவர்கள், சகஸ்ரநாமம், டி.கே. பாலச்சந்திரன், கலைவாணர் என்.எஸ்.கே, ஏ.பி. நாகராஜன், சிவாஜி கணேசன், எம்.ஜி. ராமச்சந்திரன் போன்றவர்களோடு நெருக்கமாக இருந்திருக்கிறார். முக்தா சீனிவாசன், நிமாய்கோஷ், எம்.பி. சீனிவாசன், கே.சி.எஸ். அருணாசலம், ஜெயகாந்தன், பட்டுக்கோட்டை கல்யாணசுந்தரம், மல்லியம் ராஜகோபால், விஜயன் என இடதுசாரி ஆளுமைகளும் சினிமாவில் இருந்திருக்கிறார்கள். 'அவன் அமரன்', 'பாதை தெரியுது பார்', 'ஏழாவது மனிதன்', 'அனல் காற்று' எனக் கம்யூனிஸ்ட் இயக்கம் சார்ந்தவர்களும் இடதுசாரிகளும் எஸ். பாலச்சந்தர் முதல் ஹரிஹரன் ஈறாகக் கோமல் சாமிநாதன், ஜெயபாரதி வரையிலும் 25 திரைப்படங்கள் வரை உருவாக்கியிருக்கிறார்கள். காங்கிரஸ், தி.மு.க போல தமிழ்ச் சினிமாவில் தனது தீர்மானகரமான இடத்தைக் கம்யூனிஸ்ட் இயக்கம் கொண்டிருக்க முடியாமைக்கு என்ன காரணம் எனக் கருதுகிறீர்கள்?

சுதந்திரப் போராட்டக் காலத்தில், 1919 ஜாலியன்வாலா பாக் படுகொலைக்கு எதிர்வினையாக, தேசிய உணர்வு பரவி நாடக உலகம் அரசியலால் பாதிக்கப்பட்டது; தேசியப் பிரச்சாரத்திற்கு நாடகமேடை பயன்படுத்தப்பட்டது. அரசியல் தாக்கம் இல்லாத நாடகமே இல்லை என்ற நிலை ஏற்பட்டது. நாடகத்தையும் அதைச் சார்ந்த பாடல்களையும் தடை செய்வது எளிதாக இல்லை. தலைப்பை மாற்றி நாடகம் போட்டார்கள். ***பாணபுரத்து வீரன்*** *போன்ற உருவக நாடகம் போட்டுத் தடையை மீறினார்கள். ஒரு பத்தாண்டுகளில் நாடக உலகம் முழுவதும் அரசியல் பாதிப்பால் நிறைந்திருந்தது எனலாம். நாடகக் கலைஞர்கள் யாவரும் தேசிய இயக்கத்தை ஆதரித்தனர்; நேரடி அரசியலிலும் ஈடுபட்டனர். இந்தக் காலகட்டத்தில்தான் பேசும்படம்*

வருகின்றது. 1931இல் வந்த முதல் பேசும்படமான **காளிதாஸ்** படத்தில் டி.பி. ராஜலட்சுமி *காந்தியின் கைராட்டினமே* என்ற பாட்டைப் பாடிச் சினிமாப் பாட்டு என்ற கலைவடிவத்தை ஆரம்பித்து வைத்தார்.

திரைக்கு ஒலி வந்தவுடன் மேடை உலகிலிருந்து ஸ்டுடியோக் களுக்கு ஒரு பெரிய குடிப்பெயர்வு நடந்தது. நடிகர்கள், பாடலாசிரியர்கள், வாத்தியார்கள் யாவரும் இந்தப் புதிய உலகிற்குள் நுழைந்தனர். அவர்கள் தங்களுடைய அரசியல் நோக்கையும் தேசியச் சிந்தாந்தத்தையும் பாடல்களுடன் கூடவே கொண்டுவந்து, தமிழ்த் திரையுலகில் அரசியல் தாக்கத்தை ஏற்படுத்தினர். இதுதான் தமிழ்த்திரைக்கும் அரசியலுக்கும் உள்ள ஊடாட்டத்தின் ஆரம்பம் எனலாம். கடுமையான தணிக்கையும் பெரும் பணத்தை முதலீடு செய்யவேண்டிய தேவையும் திரையில் அரசியல் பிரசாரத்தைக் கட்டுப்படுத்தியது.

'இந்திய அரசுச் சட்டம் 1935' வந்த பிறகு, பொதுத்தேர்தல் நடந்து காங்கிரஸ் அரசு 1937இல் சென்னை ராஜதானியில் பதவி ஏற்ற பின், தணிக்கை முறை கைவிடப்பட்டது. பிறகு, 1939இல் உலகப்போரில் இந்தியா ஈடுபடுத்தப்படுவதைக் கண்டித்து காங்கிரஸ், பதவியைத் துறந்தது. தணிக்கையற்ற இந்த இரண்டு ஆண்டு காங்கிரஸ் ஆட்சியின் போது **தியாகபூமி, மாத்ருபூமி, தேசமுன்னேற்றம்** போன்ற பல பிரச்சாரப் படங்கள் வெளிவந்தன. தமிழகத்தில் சுதந்திரப் போராட்டக் காலத்தில் சினிமாக் கலைஞர்கள் இரண்டு வகையில் தங்களை அரசியலில் ஈடுபடுத்திக்கொண்டார்கள். திரையின் மூலம் தேசியக் கருத்துகளைப் பரப்புவது, நேரிடையாக அரசியலில் ஈடுபடுவது.

அக்காலகட்டத்தில் பல நடிகர்களும் தயாரிப்பாளர்களும் சுதந்திரப் போராட்டத்தை ஆதரித்தனர். பல நடிகர்கள் சத்தியாக்கிரகம், கள்ளுக்கடை மறியல் போன்ற நேரடி அரசியல் பேராட்டங்களில் ஈடுபட்டுச் சிறை சென்றனர். உப்புச் சத்தியாக்கிரகத்தினபோது இத்தகைய பிணைப்பை ஊக்குவித்தவர் சத்தியமூர்த்தி.

தமிழ்ச் சினிமாவின் சகல பரிமாணங்களையும் அரசியலுக்கு முதலில் பயன்படுத்தியது காங்கிரஸ்தான். கலைஞர்கள் யாவரையும் காங்கிரஸுக்குக் கொண்டு வந்து ஆதரவு காட்டியது; தேர்தலுக்கென்றே சில பிரச்சாரப் படங்களும் தயாரிக்கப் பட்டன. தமிழ்நாட்டில் சினிமா – அரசியல் தொடர்பு இவ்வாறுதான் ஆரம்பித்தது. கே.பி. சுந்தரம்பாள் போன்று பல சினிமா நடிகர்கள், காங்கிரஸ் கட்சிக்குத் தங்களது ஆதரவைத் தந்து நேரிடை அரசியலில் ஈடுபட்டனர். 1958இல் காங்கிரஸ்

ஆதரவில் மேல்சபையில் இடம்பெற்ற கே.பி. சுந்தராம்பாள் தான் நாட்டிலேயே முதன்முதலில் சட்டசபைக்குள் நுழைந்த திரைப்பட நடிகர்.

ராஜாராணி படத்தில் சாக்ரடீஸ் நாடகம்

சத்தியமூர்த்தி 1943இல் மறைகிறார். அதன்பிறகு சினிமாக் கலைஞர்கள் சரியான தலைமையில்லாமல் இருந்தனர். அன்றைய தி.மு.க. தலைவர்களான அண்ணாதுரை, கருணாநிதி போன்றோர் அந்த மாபெரும் சக்தியை உணர்ந்து பயன்படுத்திக் கொண்டார்கள். அவர்களும் சினிமாவில் வசனகர்த்தர்க்களாக இயங்கினர்.

திராவிட முன்னேற்றக் கழகம் சினிமாவில் ஈடுபாடு கொண்டபின், பல கலைஞர்கள் கழகத்தில் இணைந்தனர். எஸ்.எஸ்.ஆர். போன்ற நடிகர்கள் தேர்தலில் நின்று ஜெயித்தனர். எம்.ஜி.ஆர். தன் பிரபலத்தைப் பெரிய அளவில் தி.மு.க பயன்படுத்திக்கொள்ள அனுமதித்தார். கட்சியின் நிழல் போல செயல்பட்ட அவரது ரசிகர்கள் அனைவரும் அரசியல் ரீதியாக ஒரே கருத்துக்களைக் கொண்டிருந்தனர். அதனால்தான் எம்.ஜி.ஆர் தனிக்கட்சி ஆரம்பித்தபோது அவரை ஒருமுகமாக ஆதரித்தனர். ஆனால், 3000 ரசிகர் மன்றங்களுடன் இருந்தபோதிலும் சிவாஜிகணேசனால் அரசியலில் எந்தத் தாக்கத்தையும் ஏற்படுத்த முடியவில்லை.

அரசியல் சினிமாவிற்கும் அரசியல் நோக்கங்களுக்காகத் தயாரிக்கப்படும் சினிமாவிற்கும் வேறுபாடு உண்டு. இதை நாம் மனதில் கொள்ளவேண்டும். அரசியல் சினிமாவின் உள்ளடக்கத்தில் அரசியல் சித்தாந்தம் அடங்கியிருக்கும். சினிமாவின் இயல்புகள் மூலம், கதைப்போக்கின் மூலம் அது வெளிப்படும். அதன் அழுத்தம் பொழுதுபோக்கு அம்சங்களில் இருக்காது. **அவன் அமரன்** (1955), **காலம் மாறிப்போச்சு** (1956), **அக்கிரகாரத்தில் கழுதை** (1977), **தண்ணீர் தண்ணீர்** (1981) போன்ற படங்களை இந்தவகையில் சேர்க்கலாம். சினிமாவின் இயல்புகளை நன்கு உணர்ந்து அதைப் பயன்படுத்துபவர்களால்தான் அரசியல் சினிமாவை உருவாக்க முடியும். ஏ.பி. நாகராஜன் தமிழரசுக் கழகத்தில் மிக்க ஈடுபாடுடையவர். **சாட்டை** என்ற இதழையும் நடத்தினார். என்றாலும், புராணப் படங்களுக்கும் பக்திப் படங்களுக்கும் மறுபடியும் ஒரு இடத்தை இவர்தான் பிடித்துத் தந்தார் என்பதை நினைவில் கொள்ளவேண்டும்.

நீங்கள் குறிப்பிட்ட பொதுவுடமைக் கருத்தியல் கொண்ட படைப்பாளிகளின் படங்களில் நான் கவனம் செலுத்தவில்லை. அவைகளைப் பற்றி (**அவன் அமரன்** தவிர) எதுவும் எழுதவுமில்லை. நிச்சயமாக அது ஆய்வுக்குரிய ஒரு தளம். தமிழ்ச் சினிமாவில் பட்டுக்கோட்டை கல்யாணசுந்தரத்தின் பங்களிப்பு இன்னும் சரியாகப் பதிவு செய்யப்படவில்லை. அண்மையில் இக்கவிஞரைப் பற்றி ஒரு ஆவணப்படத்தைச் சாரோன் தயாரித்திருக்கின்றார். இது அவ்வகையில் ஒரு குறிப்பிடத்தக்க நிகழ்ச்சி.

மௌனப்படம் ஒலியைச் சேர்த்துக்கொண்ட பின்னர் திரைப் பாடல்களாலும் பேச்சினாலும் நிறைந்தது; மேடை நாடகமரபு, பொருளாதாரக் காரணங்களால் மேட்டுக்குடியினர் சங்கீதத்துடன் திரைப்படத்தினுள் நுழைந்தது போன்றவை இதற்கான காரணங்கள் எனத் தொடர்புபடுத்திச் சொல்கிறீர்கள். இதன் தொடர்ச்சியாக, திரைப்படம் எனும் கலைவடிவம் இன்று வந்து அடைந்திருக்கிற காட்சிரூப அழகியல் சாத்தியங்களைத் தமிழில் அதீதமான பாடல் களும் உரை வடிவிலான பேச்சும் பின்னடையச் செய்தன என நிறுவுகிறீர்கள்.

பராசக்தி **போன்ற திராவிட இயக்கப் படங்களுடன் அவன்** *அமரன்* **என்ற கம்யூனிசப் படத்தையும் பாத்திரப் பேச்சை முன்னிறுத்திய படங்கள் என்றுதான் குறிப்பிடுகிறீர்கள். அரசியல் சினிமா என்பது உள்ளார்ந்து கருத்தியல் கொண்டிருக்குமேயொழிய அது பிரச்சாரமாவதில்லை என்பதையும் தெளிவுபடுத்துகிறீர்கள்.**

இவ்வாறு பிம்பத்தின் மொழியையே நீங்கள் வலியுறுத்தும் நிலையில், இதனைப் புரிந்துகொள்ளாமல், திராவிடத் திரை மரபையே நீங்கள் எதிர்மறையாகப் பார்க்கிறீர்கள் என்பது போல் உங்கள் மீது வைக்கப்படும் விமர்சனங்களை எவ்வாறு பார்க்கிறீர்கள்?

வேலைக்காரியில் கே.ஆர். ராமசாமி, வி.என் ஜானகி.

சினிமாவின் அழகியல் பற்றிப் பேசாமல் அதன் உள்ளடக்கத்தைப் பற்றி மட்டும் பேசுவது சரியில்லை என்று நான் கருதுகின்றேன். ஒரு திரைப்படத்தில் இயக்குநர் என்ன

சொல்கிறார் என்பதைவிட அதை எப்படிச் சொல்கிறார் என்பது முக்கியம். அதுதான் சினிமா. அதாவது, எந்த முறையில் அதைச் சொல்கிறார் என்பது. எந்த ஒரு நிகழ்கலையும் அதன் அடிப்படை இயல்பால்தான் சிறப்படைகின்றது; தனித்தன்மை அடைகின்றது. எடுத்துக்காட்டாக, உடல் அசைவுகள் இல்லாமல் நடனம் இல்லை. மனித உணர்வுகளைக் காட்சிப் படிமங்கள் மூலம் சித்தரிக்கும் திறன், சினிமாவின் மேன்மையான ஒரு தனிப் பண்பு. மேலும், எந்த ஒரு கலையானாலும் அதனுடைய அடிப்படை இயல்பில், சாத்தியக்கூறுகளால் இயங்கினால்தான் அதன் தாக்கம் அதிகமாக இருக்கும். காட்சிப் பிம்பங்கள்தான் சினிமாவின் அடிப்படை, பாத்திரப்பேச்சு அல்ல. ஒரு கலைவடிவத்தின் அடிப்படை இயல்புகளுக்குச் சிறப்பிடம் அளிக்காமல் இருந்தால் அதன் தாக்கம் குறையும்.

மக்களிடையே நல்ல வரவேற்புப் பெற்ற நாடகம் பாவலர் பாலசுந்தரத்தின் **பராசக்தி**. இந்த வரவேற்பே இதைப் படமாக்கலாம் என்ற எண்ணத்தைத் தயாரிப்பாளருக்குக் கொடுத்தது. படத்தின் காட்சியமைப்பும் நாடகம் போலவே அமைந்திருந்தது. இப்படத்தின் வசனகர்த்தாவான கருணாநிதி உட்பட திராவிட இயக்கத்தைச் சேர்ந்த தலைவர்கள் சினிமாவிற்கு வசனம் எழுதியபோது, பாத்திரப் பேச்சையே அதிகமாகப் பயன்படுத்தினார்கள். பாட்டு வருவது போல நீண்ட அடுக்கு மொழி வசனங்களைப் பயன்படுத்தினார்கள்; நீண்ட வசனம் வரும் காட்சிகளை வலிந்து புகுத்தினார்கள். பல படங்களில் சம்பந்தமில்லாத சிறு நாடகங்கள் திணிக்கப்பட்டன; **இல்லற ஜோதி** படத்தில் அனார்கலி நாடகம், **ராஜாராணி** படத்தில் சாக்ரடீஸ் நாடகம் போல. அல்லது நீதிமன்றக் காட்சிகள் சேர்க்கப்பட்டன. **பராசக்தி, வேலைக்காரி, மந்திரிகுமாரி** *(1950)*, **மனோகரா** *(1954)* படங்களில் நீதிமன்றக் காட்சிகளில் வசனப்பொழிவைக் கேட்கலாம். சீர்திருத்தக் கருத்துகள் கதையோடு சேர்த்துப் பின்னப்படாமல் கதைமாந்தர்களின் வாயிலிருந்து வரும் ஆவேசப் பேச்சுகளாகவே இருந்தன. அங்கே சினிமா மலரவில்லை.

மேடைப் பேச்சை ஒரு தனிக் கலையாக அரசியல் தலைவர்கள் உருவாக்கி வைத்திருந்த காலம் அது. நீண்ட வசனம் பேசும் கதாபாத்திரத்தின் உடல் மொழி, சைகைகள் ஒரு மேடைப் பேச்சாளருடையது போலவே அமைந்திருந்தது. வாய்ப்பேச்சிற்கு அளிக்கப்பட்ட முக்கியத்துவம் காமிராவின் அசைவைக் கட்டிப்போட்டுவிட்டது. ஒரு கதாபாத்திரம் நீளமாக வசனம் பேசும் போது நிலையாக வைக்கப்பட்டிருக்கும் காமிரா முன்கோணத்தில் படம் பிடிக்கின்றது. இப்படி, பல

கோணங்களிலிருந்தும் தூரத்திலிருந்தும் படமெடுக்கக்கூடிய சாத்தியக்கூறு நீண்ட வாய்ப்பேச்சால் குறைந்து போனது சினிமா ஏறக்குறைய ஒரு இலக்கிய வடிவமாகப் பார்க்கப்பட்டது. இன்னும் சொல்லப்போனால் இந்தப் படங்களின் வசனங்கள் புத்தக வடிவில் அச்சிடப்பட்டு வெளியாகி, அவை நன்கு விற்பனையும் ஆயின. சினிமா ஒரு தனித்த கலை வடிவமாக உருவாவதற்குப் பதிலாக இலக்கியத்தின் நீட்சியாக மாறிப்போயிற்று.

இந்தியச் சுதந்திரப் போராட்டத்தில் தமிழகத்தின் பங்கைக் காலனிய வரலாற்று எழுதியலுக்கு மாற்றாகச் சிற்றிலக்கியங்கள், நாடகங்கள், திரைப்படங்கள் போன்றவற்றை வரலாற்றுச் சான்றாக முன்வைத்து நீங்கள் நிறுவுகிறீர்கள். மேட்டுக்குடியினருக்கு மாற்றானவர்களாலேயே இது முன்னெடுக்கப்பட்டது என்றும் சொல்கிறீர்கள். தொடர்ந்து உங்களது திரைப்பட ஆய்வுகளில் இந்த முறையியல் செயல்படுகிறது. இந்தப் பார்வைப் பின்புலத்திலிருந்து, இப்போதைய அமெரிக்க திரைப்பட ஆய்வுகளில் செயல்படும் குறிப்பாகத் தமிழ்க் கலாசார நுண்ணுணர்வு அல்லாத பிரதி சார்ந்த ஆய்வுகள், தமிழ்ச் சினிமாவைத் தட்டையாகப் பார்க்கிறது என நான் உணர்கிறேன். நீங்கள் தற்போதைய மேற்கத்திய ஆய்வுகளை எப்படிப் பார்க்கிறீர்கள்? தமிழ்ச் சினிமா ஆய்வின் அடுத்த கட்ட நகர்வுக்கு அது எந்த வகையில் உதவும் என நினைக்கிறீர்கள்?

கலைஞர் கருணாநிதியும் சிவாஜியும்

மேலை நாட்டு அறிஞர்கள், குறிப்பாக அமெரிக்காவில் இந்தியாவைப் பற்றி ஆராய்வதில் அறுபதுகளில் இருந்த ஆர்வம்,

சீனா தனது கதவுகள் திறந்து வைத்தபின், ஓய ஆரம்பித்தது. பின்னர் கல்விப்புலத்தில் எண்பதுகளில் 'ஸபால்டர்ன் ஸ்டடிஸ்' முன்னுக்கு வந்தபின் சாமானிய மக்களின் பொழுதுபோக்கான சினிமாவின் மேல் பலரது கவனம் சென்றது. குறிப்பாக, தமிழ்நாட்டில் சினிமாவிற்கும் அரசியலுக்கும் இருக்கும் ஊடாட்டம் இவர்களது கவனத்தை ஈர்த்தது.

சினிமா ஆய்வில் இத்தகைய ஆர்வம் அதிகரித்தவுடன் மேலை நாட்டுக் கல்விப்புலத்தில் ஒரு புலப்பெயர்வு நடந்தது. இலக்கியம், மானுடவியல் போன்ற தளங்களிலிருந்து ஆய்வாளர்கள் சினிமாவை ஆராய்ச்சிப் பொருளாக எடுத்துக்கொண்டார்கள். இவர்கள் தத்தம் துறைகளில் தேர்ச்சி பெற்றவர்கள். ஆனால், முற்றிலும் புதிய சினிமாத் துறைக்கு ஆயத்தம் எதுவுமில்லாமலே நுழைந்தனர். தமிழ்ச் சினிமாவை

மனிதன் படத்தில் டி.கே ஷண்முகம், கிருஷ்ணகுமாரி

ஆராய, அழகியல் ரீதியாகவோ ரசனைக் கண்ணுடனோ அணுகத் தேவையில்லை என்ற இவர்கள், இதை நியாயப்படுத்த, சினிமா பற்றிய ஆய்விற்கு அந்தக் கலையில் பரிச்சயம் தேவையில்லை என்றும் சினிமா அழகியலைப் பற்றிப் பேசத் தேவையில்லை என்றும் வாதிட்டனர். இவர்கள் தங்களுக்குப் பரிச்சயமாகி இருந்த கோட்பாடுகளையே, அதாவது இலக்கியக் கோட்பாடுகளையும் மானுடவியல் கோட்பாடுகளையும் சினிமா ஆய்வில் உபயோகித்தனர்; சினிமா அழகியல் ஒதுக்கப்பட்டது.

சினிமா ரசனை பற்றிய பேச்சே எடுக்கப்படவில்லை. தமிழ்ச் சினிமாவில் ஆர்வம் காட்டிய மேலை நாட்டு ஆய்வாளர்கள் பலருக்கும் தமிழ்மொழியில் பரிச்சயம் இல்லாமல் இருந்தது; மொழி சார்ந்த பண்பாட்டுடனும் பரிச்சயம் இல்லை. அவர்களது ஆய்வில் இது ஒரு குறை.

ஓரளவு மொழி அறிவை மட்டும் அடிப்படையாகக் கொண்டு ஒரு சமுதாயத்தின் சினிமாவை ஆராயப் புகுவதும் கடினம் என்று நினைக்கின்றேன். ஏனென்றால், கட்புல ஊடகமான சினிமாவில் நாம் பிம்பங்களை எதிர்கொள்கிறோம்; அவை மொழி சார்ந்த கலாசாரத்துடன் இணைந்திருக்கின்றன.

மனித நாகரிக வரலாற்றில் மொழி, எழுத்து உருவானதற்கு அடுத்த மைல்கல்லாக நிழற்படத்தின் வருகை அமைந்தது என்கிறார்கள் கட்புல வல்லுநர்கள். பிம்பங்கள் மூலம் – அதிலும் அசையும் பிம்பங்கள் மூலமாக – பல நுணுக்கமான சமிக்ஞைகளைக் கொடுக்கலாம். இதையெல்லாம் பேச்சு மொழியை எதிர்கொள்வது போல மொழி பெயர்ப்பாளரின் உதவியால் புரிந்துகொள்வது கடினம். இந்தப் பிரச்சினைகளைச் சமாளிக்க, திரைப்படங்களைப் பற்றி, அதன் உள்ளடக்கத்தைப் பற்றியோ ஆராய்வதைத் தவிர்த்து அதன் தாக்கத்தைப் பற்றியும் பார்வையாளர்களைப் பற்றியும் சிலர் ஆராய்ந்தனர். திரைப்படங்களில் தலித்துகள் எவ்வாறு சித்தரிக்கப்படுகிறார்கள் என்றோ, சாதிப் பிரச்சனைகள் எவ்வாறு கையாளப்படுகின்றன என்றோ மேலை நாட்டு ஆய்வாளர்களின் கவனம் செல்லவில்லை. ஆனாலும், ரசிகர் மன்றம், திரையரங்குகள், விளம்பரப் போஸ்டர்கள் இவை பற்றிச் சில தீர்க்கமான ஆய்வுகள் மேலைநாட்டு ஆய்வாளர்களால் எழுதப்பட்டுள்ளன.

மேலை நாட்டு ஆய்வுகளில் மற்றொரு அம்சத்தையும் காணலாம். வெகுசன இதழ்களையும் பிரசுரங்களையும் அவர்கள் கவனிப்பில் எடுத்துக்கொள்ளாமல் இருப்பது. அவை தமிழில் இருந்தன என்பதை நினைவில் கொள்ளவும். தமிழ்ச் சினிமா பற்றிய விவரங்கள் பெருவாரியாக இத்தகைய இதழ்களில்தான் வெளியாகின்றன. அவற்றைக் கணிப்பில் சேர்க்காமல் விட்டால், அந்த ஆய்வு முக்கியப் பரிமாணத்தை இழந்துவிடும்.

பல இந்திய ஆய்வாளர்கள் – அதிலும் தமிழ் மொழியுடன் பரிச்சயம் குறைவாக உடையவர்கள், ஆனால் தமிழ்ச் சினிமாவைக் கவனிக்க முற்படுபவர்கள் மேலை நாட்டு ஆய்வாளர்களின் அணுகுமுறை, ஆய்வுப் பாணியைப் பின்பற்றுகிறார்கள். இவர்கள் சினிமா மொழியின் பொது இலக்கணத்தை வைத்துத் தமிழ் சனரஞ்சகத் திரைப்படங்களை எடை போடக்கூடாது

என்கின்றனர். இத்தகைய வாதம் தமிழ்ச் சினிமா பற்றிய நம் புரிதலுக்குத் தடையாக இருக்கின்றது என்பது என் நிலைப்பாடு. சனரஞ்சகப் படங்களை உற்று நோக்கச் சினிமா இலக்கணத்தை கற்றுக்கொள்வது ஒரு முக்கிய பயிற்சி என நான் கருதுகின்றேன். திரைப்படத்தைக் கட்புல ஊடகமாகத்தான் நாம் சீர்தூக்கிப் பார்க்க வேண்டும். அதற்குச் சினிமாவின் ஆதாரப்பண்புகள், இயல்புகள், சாத்தியக்கூறுகள், நியமங்கள் இவற்றுடன் ஆய்வாளருக்குப் பரிச்சயம் தேவை. அப்போதுதான் திரையில் சூசகமாகக் கூறப்படும் கருத்துக்களை அடையாளம் கண்டுகொள்ள முடியும். சினிமா இலக்கணம், தர்க்கம் பொதுவான – காட்சியமைப்பு, ஒலியமைப்பு, காமிராக் கோணம், சினிமாவின் படக்கோர்வை போன்ற – சில அம்சங்களால் ஆனது. இவற்றில் கவனம் செலுத்தினால்தான் படத்தின் உட்பொருளைப் பற்றி அறிய முடியும். அந்த அணுகுமுறையிலிருந்து ஆய்வு செய்தால்தான் ஒரு சினிமாவைப் பற்றி நாம் சரியாகப் புரிந்துகொள்ள முடியும்.

தமிழ்ச் சினிமா குறித்த எழுத்தாளர்களின் பார்வைகளை மணிக்கொடிக் காலம் முதல் இன்று வரை தொகுத்திருக்கிறீர்கள். புதுமைப்பித்தன், ஜெயகாந்தன், தர்மூ சிவராமு, சுந்தர ராமசாமி போன்றோர் திரைப்படத்தில் பிம்ப மொழியின் முக்கியத்துவத்தை உணர்ந்திருந்தார்கள் என்று அதில் சொல்கிறீர்கள். இன்று தமிழ் எழுத்தாளர்களில் பெரும்பாலானவர்கள் தமிழ்ச் சினிமாவுடன் ஏதோ ஒருவகையில் அதிகமும் பொருளாதார அளவில் உறவுகள் கொண்டிருக்கிறார்கள். ஆனாலும், நிலவும் சினிமா அமைப்பு குறித்துக் காத்திரமான சுயாதீனமான விமர்சனங்கள் வருவது அருகிவருகிறது; அநேகமாக மறைந்தும் வருகிறது. இந்த நிலையில் இலக்கியவாதிகளால் தமிழ்ச் சினிமாவில் என்னவிதமான தாக்கத்தை உருவாக்கிவிட முடியும் என நினைக்கிறீர்கள்?

சினிமா – எழுத்தாளர் ஊடாட்டம் இரண்டு தளங்களில் நடைபெறலாம். முதலாவது, சினிமாவைப் பற்றி எழுதுவது, இரண்டாவது, சினிமாவிற்காக எழுதுவது. அதாவது, கதை – வசனம் – பாட்டு எழுதுவது. திரை பற்றி விமர்சனக் கட்டுரைகள் எழுதி, ஸ்டுடியோவிற்குள் நுழைந்து, பின்னர் திரைக்கதை – வசனம் எழுத ஆரம்பித்தவர்கள் பலர். பிரான்ஸில் இத்தகைய ஈடுபாடுதான் பிரெஞ்சுப் புதிய அலை சினிமா உருவாகக் காரணமாயிருந்தது. தமிழ்நாட்டில் அலை ஏதும் வரவில்லை என்றாலும், பத்திரிகை உலகிலிருந்து சில எழுத்தாளர்கள் சினிமாவிற்குள் வந்தனர். இளங்கோவன், பி.எஸ். ராமையா, ச.து.சு. யோகி போன்றவர்களைக் குறிப்பிடலாம். இவர்களுக்குப் பின்னால் வந்த புதுமைப்பித்தன் ஒருபடி மேலே போய்ச்

சினிமாத் தயாரிப்பு முயற்சியிலும் ஈடுபட்டார். இன்று எஸ். ராமகிருஷ்ணன், ஜெயமோகன் வரை இந்த எழுத்தாளர்கள் சினிமா ஈடுபாடு தொடர்கின்றது.

பி.கே. நாயரும் நூலாசிரியரும். 2016 கேரளா பட விழாவில்

இந்தப் பொருளுக்குள் நுழையுமுன் நாம் மனதில் கொள்ள வேண்டியது என்னவென்றால், சினிமாவிற்காக எழுதிய எழுத்தாளர்கள் அதிகமாக வசனமும் பாடல்களும்தான் எழுதினார்கள். சினிமாவும் இலக்கியமும் இரண்டு விதமான மொழி வடிவங்கள். இதில் பாத்திரப் பேச்சு (வசனம்) இலக்கியக் கோட்பாடுகளுக்கு உட்பட்டதல்ல. எனவே, அதை நாம் இலக்கிய ரீதியாக அணுக முடியாது. அது கதைப்பாங்கிற்கேற்ப, திரையில் தோன்றும் பிம்பங்களுக்கேற்பப் பாத்திரங்கள் பேசுவதாக எழுதப்படுவது. தனி வாசிப்பிற்காக அல்ல. பாடல்களும் காட்சிப் படிமங்களுக்குத் துணைபோகத்தான் எழுதப்படுகின்றன. திரைக்கதையில் ஒரு குறிப்பிட்ட தருணத்திற்காக எழுதப்படுகின்றன. ஆனாலும், இசை ரூபத்தில் இருப்பதால் பாடலுக்குத் திரைக்காட்சியிலிருந்து தனித்த ஒரு வரவேற்பு மக்களிடையே இருக்கின்றது.

தமிழில், ஆரம்ப காலத்தில் பெருவாரியான எழுத்தாளர்கள் – சினிமாவைத் தாக்கி எழுதியவர்களும் திரைப்படங்களை விமர்சனம் செய்ய முற்பட்ட **கல்கி** போன்றவர்களும் –

சினிமாவை இலக்கிய ரீதியாகவே அணுகினார்கள். சினிமா அழகியல் அடிப்படையில், திரைப்படங்களை மதிப்பிடாமல் படத்தின் உள்ளடக்கமான கதை, வசனம், பாட்டு என்று இலக்கிய மதிப்பீடு போல எடை போட்டனர். ஒரு அரிய கலை வடிவை விமர்சனங்கள் மூலம் செறிவாக்க முடியும் என்ற பொறுப்புணர்ச்சி அவற்றில் காணப்படவில்லை.

சினிமாவின் தனித்துவத்தைப் புதுமைப்பித்தன் அறிந்திருந்தார். 1938ஆம் ஆண்டு 'ஈழகேசரி'ப் பத்திரிகையில் எழுதிய கட்டுரையில் பிம்பங்கள் மூலமல்லாமல் பாத்திரப்பேச்சு மூலம் தமிழ் சினிமாவின் கதையை நகர்த்தும் வழக்கத்தைப் பற்றி அவர் எழுதுகின்றார். 1943இல் **மாயா பஜார்** என்ற தெலுங்குப் படத்தை விமர்சிக்கையில், "இதைச் சினிமா என்று சொல்லமுடியாது. படமாக்கப்பட்ட நாடகம்" என்கிறார். ஆரம்பகாலத்தில் கம்பெனி நாடகங்களை முன்கோணத்தில் படமாக்கி, திரைப்படமென்று வெளியிட்டனர் என்பது குறிப்பிடத்தக்கது.

1947இல் புதுமைப்பித்தன் சினிமா உலகில் நுழைந்து **காமவல்லி** (1948) படத்திற்கும் **ராஜமுக்தி** (1948) படத்துக்கும் வசனம் எழுதினார். **ஔவையார்** (1953) படத்திற்குத் திரைக்கதை எழுதினார். திரைக்கு எழுதுவதில் உள்ள பிரச்சினைகளைப் புதுமைப்பித்தன் நன்கு அறிந்திருந்தார். 'பழைய புலவர்களுக்கு வெண்பா புலி என்பது போல, இன்றைய கதை எழுத்தாளர்களுக்குச் சினிமா என்ற துறை ஒரு புலி'. ஆனால், தமிழ்ச் சினிமாவில் அவரது பங்களிப்பு எந்தத் தாக்கத்தையும் ஏற்படுத்தியதாகத் தெரியவில்லை. சிற்றிதழ்களில் சினிமாவிற்குச் சிறிது இடம் தரப்பட்டது. 1955இல் செல்லப்பா ஆரம்பித்த 'எழுத்து', எழுபதுகளில் வெளிவந்த 'பிரக்ஞை', ஜீவா அவர்களின் 'தாமரை' – இவைகளில் சினிமா பற்றிய கட்டுரைகள் வெளிவந்துள்ளன. ஐரோப்பிய சினிமாவால் கவரப்பட்டவர்களும், இந்திய சினிமாவின் இணை சினிமாவைக் கவனித்த சில தமிழ் எழுத்தாளர்களும் இவ்விதழ்களில் எழுதினார்கள். எனினும் அந்த இதழ்களில் எழுதிய பலருக்குச் சினிமாவின் இயல்புகள், நியதிகள் ஆகியவற்றுடன் பரிச்சயமே இல்லை என்பது அவர்கள் கட்டுரைகளிலிருந்து தெரிகின்றது.

ஜுநூன் (இந்தி, 1978) போன்ற பல சிறந்த படங்கள் இலக்கியத்தை முன்வைத்து எடுக்கப்பட்டவையே. மலையாள, கன்னட சினிமாக்களில் இருக்கும் அத்தகைய ஆழமான ஊடாட்டம் தமிழ்ச் சினிமாவில் கிட்டத்தட்ட இல்லையென்றே சொல்லலாம். தமிழில் மிகச் சில படங்கள் மட்டுமே இம்முறையில் உருவாக்கப்பட்டுள்ளன. அவ்வகையில் ஜெயகாந்தனின்

உன்னைப்போல் ஒருவன் (1964), புதுமைப்பித்தனின் 'சிற்றன்னை' சிறுகதையை ஆதாரமாகக் கொண்டு மகேந்திரன் இயக்கிய **உதிரிப்பூக்கள்** (1979), லெனின் இயக்கிய ஜெயகாந்தனின் குறுநாவலான **ஊருக்கு நூறுபேர்** ஆகியவை சட்டென்று நினைவுக்கு வருகின்றன. இலக்கியம் சார்ந்த திரைப்படத்தை உருவாக்கச் சினிமாவிலும் இலக்கியத்திலும் நல்ல பரிச்சயம் இருக்கவேண்டும். இத்தகுதி மிகவும் இன்றியமையாதது. அதை லெனின் மிக நன்றாக நிரூபித்திருக்கிறார். சினிமா எனும் கட்புல ஊடகத்தின் வலிமையையும் இயல்பையும் உணர்ந்து இந்தப் படைப்பை உருவாக்கிள்ளார்.

கலைப்படம், வெகுஜனப்படம் எனும் பிரிவினைக்கு இன்று பெரிய அர்த்தம் இல்லை. கதைக் கருவுக்கான நேர்மை, தொழில்நுட்ப நேர்த்தி, எளிமையின் அழகு, சமூகக் கட்டுப்பாடு போன்றனதான் இன்று திரைப்படத்தை அளவிடுவதற்கான மதிப்பீடு என்று தோன்றுகிறது. இந்நிலையில் பொருளாதார இலாபம் மட்டுமே குறிக்கோளாகக் கொண்ட வெகுஜன சினிமாத் தயாரிப்பாளர்கள், விநியோகஸ்தர்கள், இயக்குநர்கள், நட்சத்திர நடிகர்கள் தீவிரமான சமூக ஓர்மை கொண்ட படங்களைக் கலைப்படம் என்று முத்திரை குத்தி ஒதுக்கிவிடுவதை ஒரு சதித்திட்டம் போலச் செயல்படுத்துகிறார்கள். மாற்றுச் சினிமா சார்ந்தவர்களும் தமது படங்களைக் கலைச் சினிமா என்று கோரிக்கொள்வதன் மூலம் இதற்கு இரையாகிறார்கள். திரைப்படத்தை வடிவ அளவில் இப்படி இரு கூறாகப் பிரிப்பது குறித்த உங்களது பார்வை என்ன?

இலக்கியத்தைப் பற்றிப் பேசும் போது நாம் இந்த மாதிரியான வேறுபாடு செய்வதில்லை; இசையைப் பற்றிய சொல்லாடலிலும் இத்தகைய பாகுபாடு கிடையாது. நாடக உலகில் இல்லை. பன்னாட்டளவில் சினிமா விற்பன்னர்கள் எவரும் இவ்வாறு வேறுபடுத்திப் பேசுவதில்லை. நம் நாட்டிலும் சினிமாவைப் பற்றித் தீர்க்கமாக எழுதும் எழுத்தாளர் எவரும் இந்தப் பிரிவை ஏற்பதில்லை. உலகத் திரைப்பட விழாக்களில் இப்படியொரு ரகம் கிடையாது. ஏன், நம் நாட்டுச் சினிமாவில் மட்டும் இப்படி ஒரு பிரிவு? திரைப்படம் என்றாலே, அது ஒரு வெறும் கேளிக்கைச் சாதனம்தான்; அதைப் பற்றித் தீர்க்கமாகச் சிந்திக்க வேண்டியதில்லை என்று நம் மனதில் ஆழப்பதிந்துவிட்ட கண்ணோக்குதான் இந்தப் பாகுபாட்டிற்கு ஆதாரம். இந்த வேறுபாட்டிற்கு ஒரு வரலாற்றுப் பின்னணியும் உண்டு. 1955ஆம் ஆண்டு **பதேர் பாஞ்சாலி** வெளிவந்து உலகின் கவனத்தை ஈர்த்தது. ராஜ்கபூர், மெஹ்பூப் கான் போன்ற மும்பைத் திரைப்படச் சக்ரவர்த்திகள் பாட்டு, காதல், நடனம் என்ற கலவையில் படங்கள் எடுத்து இதுதான் சினிமா என்று

கோலோச்சிக்கொண்டிருந்த காலம் அது. அதுவரை எந்த இந்தியத் திரைப்படத்திற்கும் இல்லாத மரியாதை, அங்கீகரிப்பு, மேற்கு வங்க அரசால் தயாரிக்கப்பட்டு, ரே இயக்கிய **பதேர் பாஞ்சாலி**க்குக் கிடைத்தது. அகில உலக அளவில் இந்திய சினிமா ஏற்றுக்கொள்ளப்பட்டது. இத்தனை வருடங்களாகப் படமெடுத்துக் கொண்டிருந்தாலும் தாங்கள் செய்ய முடியாததை, சினிமா தொழிலுலகத்திற்கு வெளியே இயங்கிக்கொண்டிருந்த, ஊர் பேர் தெரியாத ஒருவர் செய்து காட்டியதையும் அதனால் ஏற்பட்ட தர்மசங்கடமான நிலையையும் மும்பை திரைப்பட உலகத்தால் செரிக்க முடியவில்லை. அதனால், இது மாதிரியான படங்கள் ஒரு தனி ரகத்தைச் சேர்ந்தவை என்ற ஒரு கற்பிதத்தை நிறுவ முற்பட்டனர். 1936இல் பெர்லின் ஒலிம்பிக்ஸில் அமெரிக்கக் கறுப்பரான ஜெஸ்ஸி ஓவென்ஸ் ஓட்டப் பந்தயங்களில், பல ஜெர்மானியர்களை வென்று, தங்கப் பதக்கங்கள் பெற்றார். அப்போது, ஆரிய இனம்தான் உயர்ந்தது என்ற கூற்றை நிலைநிறுத்த முயற்சித்துக் கொண்டிருந்த ஹிட்லர், ஓவன்ஸ் மனிதரல்ல, மனிதக் குரங்கினத்திற்கான சில உடற்கூறுகளை உடைய ஒரு இனத்தைச் சேர்ந்தவர் என்ற கருதுகோளைப் பரப்ப முற்பட்டார். அது போலத்தான் இந்த முயற்சியும்.

வடிவமைப்பிலும் உள்ளடக்கத்திலும் சிறந்த படங்கள் வெளிவர ஆரம்பித்து, சினிமா பற்றிய ஆரோக்கியமான சுரணை மக்களிடையே ஏற்பட்டுவிட்டால், உணர்வுகளை மழுங்கடிக்கும் – ஆட்டபாட்டம், துரத்தல், அடிதடி, பெண்ணுடல் காட்டல் ஆகியவை அடங்கிய – படங்களெடுத்து பணம் பண்ணிக்கொண்டிருக்கும் தங்கள் பாடு திண்டாட்டம் என்பதை உணர்ந்தவர்கள் சீரிய திரைப்படங்களின் வருகையை எதிர்கொண்ட ஒரு உத்திதான் இந்தக் கலைப்படம் – வர்த்தகப்படம் என்னும் இருமையை நிறுவ எடுக்கப்பட்ட முயற்சிகள்.

இதுபோன்று வடிவமைப்பிலும் உள்ளடக்கத்திலும் சிறந்த சமூகப் பிரக்ஞை ஊட்டும் படங்களுக்கு நம் நாட்டின் பாரம்பரிய சினிமாத் தொழில் 'கலைப்படம்' என்று தனிப்பெயர் சூட்டியது. அது ஒரு தனி ரகமான சினிமா என்ற அர்த்தத்தில் இந்தச் சொல் பயன்படுத்தப்பட்டது. அவர்கள் சொல்லாமல் சொன்னது என்னவென்றால், நாங்கள் எடுக்கும் படங்களுக்கு ஒரு தனி அளவுகோல் இருக்கின்றது. அது பன்னாட்டளவில் போற்றப்படும் படங்களின் அளவுகோலிலிருந்து வேறுபட்டது என்பதுதான். (இந்நிலைப்பாட்டின் எதிரொலிதான் இந்தியப் படங்களுக்கு, தமிழ்ப் படங்களுக்குத் தனி மொழி, தனி இலக்கணம் உண்டு என்று வாதிடுவதும். அது மட்டுமல்ல, சினிமாவைப் பற்றிச் சீரிய

சொல்லாடல் தேவையில்லை என்பதும் இந்த நிலைப்பாட்டின் உள்ளர்த்தம்தான்). இந்த இருமையைப் பத்திரிகைகளும் ஏற்று, கலைப்படம் – வணிகப்படம் என்ற பதங்களைக் கையாள ஆரம்பித்து அவை புழக்கத்தில் வந்தன. சினிமா ரசனை வளராமலிருந்ததும் சீரிய திரைப்படங்களை எதிர்கொள்ள இயலாமையும் இந்த இருமை ஏற்றுக்கொள்ளப்படுவதற்கு உதவின.

சீரிய சினிமாவிற்கு ஒரு தனி வகைப்பெயர் கொடுத்து, அதை ஒரு தனி அடுக்கில் வைத்தது மட்டுமன்றி, ரே போன்ற இயக்குநர்களையும் அவர்களது படைப்புகளையும் தாக்க ஆரம்பித்தனர். அந்த வேலை இன்றும் தொடர்கின்றது. நர்கீஸ் மேலவை உறுப்பினராக 1980இல் தேர்ந்தெடுக்கப்பட்ட பின், அவர் அவையில் ஆற்றிய முதல் உரையில் சத்யஜித் ரேயின் படங்களைச் சாடினார். தன் படங்களில் ரே இந்தியாவின் வறுமையை அயல்நாட்டினருக்குக் கோடிட்டுக் காட்டுகிறார் என்றும், அதனால் நம் நாட்டிற்குக் கெட்ட பெயர் என்றும் பேசினார். பொருளீட்டக்கூடிய ஒரு தொழில் என்ற அளவில் மட்டுமே சினிமாவைப் பயன்படுத்திக் கொண்டிருந்தவர்களுக்கு, இது சமுதாய விழிப்புணர்வைத் தூண்டக்கூடிய ஒரு ஊடகமாக, ஒடுக்கப்பட்டோரின் வாழ்நிலையைப் பற்றிய ஒரு பிரக்ஞையை உருவாக்கக்கூடிய ஒரு உபகரணமாக மாறுவது பிடிக்கவில்லை. நல்ல படங்கள் வெகுமக்களை அடைவதை இந்தச் சக்திகள் தடுத்தன. இதே காரணத்தால் தான் ஜான் ஆபிரகாமின் **அக்கிரகாரத்தில் கழுதை** (1977) தேசிய விருது பெற்ற படம் தொலைசக்காட்சியில் ஒளிபரப்பப்படும் என்று மூன்று முறை அறிவிக்கப்பட்டும் கடைசி நிமிடத்தில் காட்டப்படவில்லை.

கலைப்படம் – வணிகப்படம் இருமைக்கு இன்னும் பல பரிமாணங்கள் உண்டு. தமிழ்ச் சினிமா சூழலில் தன் திரைப்படத்தைப் பற்றிப் பேச வரும் இயக்குநர், “இது முழுக்க முழுக்க கமர்ஷியல் படம்” என்று தொடங்குவதைக் கேட்கிறோம். அதாவது, இந்தப் படம் எல்லா தர்க்கத்திற்கும் அப்பாற்பட்டது. ஆக்வே, சமுதாயப் பொறுப்பு, சித்தாந்த உள்ளடக்கம், அழகியல், இலக்கணம், நம்பகத்தன்மை போன்ற கேள்வி எதுவும் எழுப்ப வேண்டாம் என்று சொல்வது போல. சினிமா பற்றி நிறுவப்பட்ட இந்த இருமை ஒரு பாதுகாப்புக் கவசமாகப் பயன்படுத்தப்படுவதைக் கவனிக்கத்தவற வேண்டாம். இந்தப் பொய்யான பாகுபாடு சினிமாவைப் பற்றிய ஒரு ஆழமான சொல்லாடலுக்கு, இவ்வூடகம் பற்றிய புரிதலுக்குத் தடையாக இருக்கின்றது. ஜனரஞ்சக சினிமாவின் வளர்ச்சியை இந்தப் பாகுபாடு தடுக்கின்றது. “சினிமா பற்றிய புரிதல் வளர்ந்துகொண்டே போவதால், இம்மாதிரியான பாகுபாடு

வெகு நாளைக்கு நீடிக்க முடியாது” என்கிறார் அம்ஷன் குமார். பார்க்கலாம்.

சினிமா அழகியல் பற்றிப் பேசுவதால் வெகுஜன சினிமாவை உதாசீனப்படுத்துவதாகப் புரிந்துகொள்ளக்கூடாது. ஜனரஞ்சகமான, முழுக்க முழுக்கக் கேளிக்கைத் திரைப்படமும் நல்ல வடிவமைப்புக் கொண்ட படைப்பாக இருக்க முடியும். தரமான சினிமாவை வெகுமக்கள் ஏற்றுக்கொள்வார்கள் என்பதற்குத் தமிழ்ச் சினிமா வரலாற்றிலிருந்து, ராம்நாத்தின் **மனிதன்** *(1953)*, மகேந்திரனின் **உதிரிப்பூக்கள்** *(1979)* போல, பல எடுத்துக்காட்டுக்களைக் காட்டலாம். “ஜாதியிரண்டொழிய வேறில்லை” என்று ஔவை கூறியது போல, சீரிய சினிமா – சீரழிந்த சினிமா என்ற இரு பிரிவுகள்தான் உண்டு. எல்லாத் திரைப்படங்களும் இந்த இரு புள்ளிகளுக்கிடையில் எங்கோதான். எந்தப் புள்ளிக்கு அருகே எந்தப் படம் இருக்கிறது என்றறிய சினிமா ரசனையை வளர்த்துக்கொள்ள வேண்டும்.

தமிழ்ச் சினிமா வரலாற்றை அதனது மௌனப்படக் காலம் தொட்டு நீங்கள் ஆவணப்படுத்தியிருக்கிறீர்கள். நமக்கு இன்று கிடைக்கும் தமிழ்ச் சினிமாப் பாட்டுப் புத்தக விவரங்களைச் சான்றாகக் கொண்ட சில படங்களை நீங்கள் வரலாறாக நிலைநிறுத்தியிருக்கிறீர்கள். இப்பின்னணியில் ஆவணப்படுத்துதலின் முக்கியத்துவம் குறித்தும், ஆவணப்படுத்தலுக்கான ஆதாரங்களை எவற்றில் தேடலாம் என்பது குறித்தும், உங்களது தலைமுறைக்கு நீங்கள் என்ன சொல்ல விரும்புகிறீர்கள்?

தமிழ்ச் சினிமாவில் ஒலி வருவதற்கு முன், பதினாறு ஆண்டுகளாக மௌன சினிமா இங்கு இயங்கி வந்திருக்கின்றது. பல ஊர்களில் இந்தக் காலகட்டத்திலேயே நிரந்தர சினிமாக் கொட்டகைகள் கட்டப்பட்டுவிட்டன. நடராஜ முதலியாரின் **கீசகவதம்** தமிழ் விவரண அட்டைகளுடன் 1916லேயே வெளிவந்துவிட்டதை நாம் நினைவுகூரவேண்டும். நூற்றிற்கும் மேற்பட்ட மௌனத் திரைப்படங்கள் சென்னையில் உருவாக்கப்பட்டன. ஆனால், தமிழ்நாட்டில் தயாரிக்கப்பட்ட 124 மௌனப்படங்களில் ஒன்றுகூட இன்று எஞ்சவில்லை.

1931இல் முதல் தமிழ் பேசும்படம் **காளிதாஸ்** தயாரிக்கப் பட்டது. முதல் நான்கு வருடங்கள் கல்கத்தா, பம்பாய், ஷோலாப்பூர் முதலிய இடங்களில் உள்ள ஸ்டுடியோக்களில்தான் தமிழ்ப் படங்கள் உருவாயின. 1934இல் முதல் ஒலி ஸ்டுடியோ சென்னையில் நிறுவப்பட்டது. முற்றிலும் தொழில் நுட்பத்தைச் சார்ந்து உருவாகிய இந்தக் காட்சிப்புல நிகழ்வின் உள்ளடக்கம், கூறுகள் எதிலிருந்து உருவாகின? இப்படங்களில் அன்றைய

சமகால கலைகளின் பாதிப்பு என்ன? என்ற கேள்விகளுக்குப் பதில் கூற நம்மிடம் சென்னையில் தயாரான சலனப்படங்கள் ஒன்று கூட இல்லை. முதல் ஆறு வருடங்களில் வந்த, பேசும் படங்களில் ஒன்றுகூட நம்மிடம் இல்லை. அன்றைய அச்சுப் பிரதிகளிலிருந்தும் அன்று ஸ்டுடியோக்களில் பணியாற்றிய சிலரது நேர்காணல்களிலிருந்து கிடைக்கும் விவரங்களிலிருந்தும்தான் புரிந்துகொள்ள வேண்டியிருக்கின்றது. திரை சார்ந்த அச்சுப் பிரதிகளையும் நாம் ஆவணப்படுத்த வேண்டியது அவசியம். திரைப்படங்கள் இல்லாதபோது அப்படங்களைப் பற்றிய விமர்சனங்கள், விளம்பரங்கள், நேர்காணல்கள், நிலைப்படங்கள் போன்றவை தாம் ஆய்வாளருக்கு மூலப்பொருளாக அமைகின்றன.

6000 படங்களுக்கு மேல் தயாரித்திருந்தாலும் தமிழ்நாட்டில் திரைப்படங்களுக்கென ஒரு ஆவணக்களரி இல்லாதது பெருங்குறையே. இப்போது டிஜிட்டல் முறை வந்த பின்னர், ஆவணப்படுத்துவது எளிதாகப்படலாம். வெப்ப தட்ப நிலைக்கு அவ்வளவு அஞ்ச வேண்டியதில்லை. அதிக இடமும் தேவையில்லை. ஆனால், டிஜிட்டல் காட்சிப் படிமங்கள் எவ்வளவு நாட்கள் குறுந்தட்டிலோ நிலைத்தட்டிலோ உருக்குலையாமல் இருக்கும் என்று சொல்வது சிரமம். இன்னும் நாம் இந்த பொருளைப் பற்றி யோசிக்கவில்லை. ஆரம்ப காலம் முதலே சினிமா எனும் கலைவடிவத்தின் மீது அரசும் கல்விப்புலமும் கொண்ட உதாசீன அணுகுமுறையே இதற்குக் காரணம். இது இன்னும் தொடருகின்றது. பல்கலைக்கழகங்களில் இசைக்கு ஒரு துறை இருக்கின்றது. சினிமாவை யார் பொருட்படுத்துகின்றார்கள். கல்லூரி நூலகங்களில் சினிமா சார்ந்த புத்தகங்கள் வெகுகுறைவாகவே இருக்கின்றன. நல்ல புரொஜக்டர்களும் குறுந்தட்டுகளும் வந்த பிறகும் பெருவாரியான கல்லூரிகளில் மாணவர்கள் உலகின் உன்னதத் திரைப்படங்களைப் பார்க்க வசதி இல்லை.

இந்த உதாசீனத்திற்கு, சமூகவியல் ரீதியான காரணம் ஒன்றிருந்தது. ஒன்றன் கீழ் ஒன்றாய், அடுக்கடுக்காய் அமைந்திருந்த நம் சமுதாயக் கட்டமைப்பில் ஒவ்வொரு தளத்திற்கும் பிரத்தியேகமான சில பொழுதுபோக்குச் சாதனங்கள் இருந்தன. ஒரு படிநிலை இருந்தது. கீழ்த்தட்டிலிருந்தவர் ரசித்த கலை அமைப்பை மேல் தளத்திலிருந்தவர் கண்டுகொள்ளவே மாட்டார். ஆனால், சலனப்படம் யாவரும் பாகுபாடின்றிப் பார்க்கக்கூடிய, அனுபவிக்கக் கூடிய ஒரு வெகுசன ஊடகமாகப் பரிணமித்தது. இது அந்தக் காலத்து மேட்டுக்குடியினருக்குச் சகிக்கவில்லை. சினிமாவை, அதன் சாத்தியக்கூறுகளை அவர்கள் உணரவே

யில்லை. ஆகவே, படித்தவர்களும் எழுத்தாளர்களும் சினிமாவின் வரவையோ வளர்ச்சியையோ கண்டுகொள்ளவில்லை.

தமிழ்த் திரைப்பட வரலாறு குறித்த உங்களது ஆய்வுகளில், தமிழ்ச் சினிமா மீது ஒவ்வாமை காட்டிய மேட்டிமை உணர்வு குறித்து நீங்கள் தொடர்ந்து வலியுறுத்தி வருகிறீர்கள். இந்த மேட்டிமையின் கருத்தியலில் சாதியம் என்பது மிக முக்கியமான ஒரு அம்சம். தமிழ்ச் சினிமா வரலாற்றாசிரியராகத் தமிழ்ச் சினிமாவின் துவக்க காலம்தொட்டுச் சாதி எவ்வாறு திரைப்படங்களில் சித்தரிக்கப்பட்டிருக்கிறது எனச் சொல்வீர்களா?

சினிமா வரலாற்றாசிரியன் என்ற முறையில் தமிழ்ச் சினிமா சரித்திரத்தில் ஒரு அம்சம் என்னைக் கவர்கின்றது. ஆரம்ப முதலே எல்லாச் சாதியினரும் இந்தச் சினிமாவுலகில் புகுந்து, ஒருவரோடொருவர் இணைந்து பணியாற்றினர். இருபதுகளிலும் முப்பதுகளிலும் தமிழ்ச் சமுதாயம் சாதியில் உறைந்து கிடந்த போதிலும் சினிமாத் துறையில் நிலைமை வேறுமாதிரி இருந்தது. தலித்துகளும் இசை வேளாளர்களும் நகரத்தார்களும் பிராமணர்களும் ஒன்றாகப் பணிசெய்து படங்கள் தயாரித்தனர். துவக்கக் காலத்தில் திரைப்பட உலகம் உண்மையிலேயே ஒரு 'கிரேட் லெவல்லர்' ஆகச் செயல்பட்டது. அதேபோல எல்லா மதத்தவரும் ஒன்றுபட்டுச் சில நிறுவனங்களை நடத்தினர். ஒரு இஸ்லாமியரும் ஒரு இந்துவும் சேர்ந்து உருவாக்கியது ஜூபிடர் ஸ்டுடியோ. வின்சென்ட் சாமிக்கண்ணுவும் ஸ்ரீராமுலு நாயுடுவும் சென்ட்ரல் ஸ்டுடியோவைத் தோற்றுவித்தனர்.

ஆனால், படங்களில் சாதிப் பிரச்சனை எவ்வாறு கையாளப் பட்டது என்று பார்த்தால் அங்கு ஏமாற்றமே மிஞ்சுகின்றது. காலனி ஆட்சியின் போது இருந்த இறுக்கமான தணிக்கை ஒரு காரணமாக இருக்கலாம். சில இயக்குநர்கள், அரிதாக இப்பொருளைக் கையாண்டுள்ளார்கள். தணிக்கை தளர்ந்த போது கே. சுப்ரமணியம் எடுத்த **தியாகபூமி** (1939) படத்தில் தலித்துக்களுக்குப் புயலிலிருந்து தப்பக் கோவில் குருக்கள் கதவுகளைத் திறந்து இடம் கொடுக்கும் காட்சி இருந்தது. கோயில் திறப்பு இயக்கம் நடந்து கொண்டிருந்த காலம் அது. ஆனால், தீண்டாமை பற்றிய சினிமா என்று போற்றப்பட்ட **நந்தனார்** (1942) படத்தில் காமிராக் கோணங்களும் பாத்திரங்களின் உடல்மொழியும் சாதி அடுக்கை உறுதி செய்தன. பெருவாரியான படங்கள் மக்களின் மனதில் உறைந்து போய்க்கிடக்கும் சாதி பற்றிய நம்பிக்கைகளுக்கு வலுவூட்டின. **அரங்கேற்றம்** (1973) படத்தில் முதலியார் பையனைக் காதலிக்கும் பிராமணப் பெண்ணுக்குப் பைத்தியம் பிடித்து விடுகின்றது.

இதில் இன்னொரு சிரமமும் இருக்கின்றது. ஒரு சாதியையும் குறிப்பிட்டுச் சொல்லாமல், சாதிக் கொடுமை பற்றி ஒரு கதை எழுதி, அதைப் படமாக்குவது என்பது பெரிய பிரச்சனை. **அவன் அமரன்** *(1955)* படத்தில் கதாநாயகன் அருள் கொடுக்கும் வாக்குமூலத்தில் சாதி பிரச்சனை பற்றிய பகுதி தணிக்கையின் போது நீக்கப்பட்டது. சில படங்களில் சாதி வேறுபாடுகளை விமர்சித்து வசனம் வந்தாலும், அண்ணாத்துரையின் **வேலைக்காரி** *(1949)* போல, சாதி எதிர்ப்பை அடிப்படையாகக் கொண்டு அரிதாகவே படங்கள் வந்தன.

அண்மையில் வந்த சில படங்கள் அடுத்த முனைக்குப் போய் சுயசாதிப் பெருமையைப் போற்றி வருவதைக் காண்கின்றோம். இதில் நாம் மனதில் கொள்ள வேண்டியது என்னவென்றால், தமிழ்ச் சினிமா பெருவாரியாகப் பொழுதுபோக்குத் தளத்திலேயே இருக்கின்றது என்பதுதான்.

யதார்த்தவாதம் என்பதற்கு டீ சிக்காவின் 'பை சைக்கிள் தீவ்ஸ்' படத்தையும், சத்யஜித்ரேயின் 'பதேர் பாஞ்சாலி' படத்தையும் எடுத்துக்காட்டாகச் சொல்கிறோம். இந்த இரு படங்களும் ஒருவகையில் மறுமுறை நிகழ்த்திக் காட்டப்பட்ட யதார்த்தம் போலக் கட்டமைக்கப்பட்ட யதார்த்தம்தான். கென்லோச்சின் 'லேன்ட் அன்ட் பிரீடம்' படத்தில், ஒரு தலைப்பை மட்டும் கொடுத்து, வந்திருந்தவர்களை உரையாட வைத்து ஒரு நீண்ட காட்சியைப் படம்பிடித்து அதனைப் படத்தில் இணைக்கிறார். ஆவணப்படங்கள் நிகழ்வைப் படம் பிடிக்கின்றன. ஆக, இன்றைய யதார்த்தம் என்பது இந்த ஆவணப்பட அனுபவமும் மறுகட்டமைக்கப்பட்ட புனைவும் எவ்வாறு ஒரு புள்ளியில் முயங்குகிறது என்பதில்தான் இருக்கிறது என்று தோன்றுகிறது. இன்று தமிழ்ச் சினிமா மேற்கொள்ள வேணடிய யதார்த்தம் எதுவென நீங்கள் கருதுகிறீர்கள்? தமிழ்ச் சினிமா வரலாற்றாசிரியராகக் குறைந்தபட்சம் யதார்த்தம் குறித்த மரபு எமக்கு இருக்கிறது என நினைக்கிறீர்களா?

பாரம்பரியமாகத் தமிழ்ச் சினிமா யதார்த்த பாணியிலிருந்து விலகியே இருந்திருக்கின்றது. இதற்கு வரலாற்று ரீதியான காரணம் இருக்கின்றது. பல ஆரம்பகாலத் தமிழ்ப் படங்கள் புராணக்கதைகள்தாம். அதிலும், கம்பெனி நாடகமாக மக்களிடையே பிரபலமாகி இருந்த கதைகளே படமாக்கப்பட்டன. சினிமாவின் சாத்தியக்கூறுகள் பயன்படுத்தப்படாமல், ஒரு மேடை நாடகத்தின் சாத்தியக்கூறுகளே திரையில் காட்டப்பட்டது. அதே பாணியில் அவ்வப்போது சில சமகாலக் கதைகளும், **நாம் இருவர்** *(1947)* போன்று சமூகப்படம் என்ற பெயரில் படமாக்கப்பட்டன. பாத்திரப்பேச்சு, காட்சியமைப்பு, கதையமைப்பு எல்லாமே நாடக பாணியில் இருந்தன; நடிப்பும்கூட. இவை யாவுமே

யதார்த்தத்தை விட்டு வெகு தூரம் விலகி இருந்தன. தமிழ்ச் சினிமாவின் இரு கூறுகள் யதார்த்த நிலையைக் குலைக்கின்றன. முன்கோண காட்சிகள், பாத்திரப்பேச்சு மட்டுமல்லாமல் நம் திரைப்படங்களில் பாட்டு, நடனம் போன்ற கூறுகளும் யதார்த்த அம்சத்தைச் சிதைத்தன.

தமிழ்த் திரைப்படங்களில் யதார்த்தத் தன்மைக்கு எதிராகச் செயல்படும் மற்றொரு கூறு ஒலியை நாம் கையாளும் விதம். தமிழ்ச் சினிமாவில் (இந்திய சினிமாவில்) பாத்திரப் பேச்சு, தனியாக ஒலிப்பதிவு அல்லது டப்பிங் செய்யப்படுகின்றது. நடிக்கும் போது நடிகர் பேசுவது நேரடியாகப் பதிவு செய்யப்பட்டு ஒலித்தடத்தில் ஏற்றப்படுவது இல்லை. பல படங்களில், நடிப்பவர் வேறு, குரல் கொடுப்பவர் வேறு. இதற்கென்று ஒலிக்கூடங்கள், டப்பிங் ஸ்டுடியோக்கள் இயங்குகின்றன. இப்பழக்கம் யதார்த்தத்தைக் குலைக்கின்றது. அதிலும், அண்மைக்காட்சிகளில் இது நன்றாகத் தெரியும். வெளிநாடுகளில், படமெடுக்கும் போதே பாத்திரப் பேச்சும் பதிவாகின்றது. இது நிஜத்தன்மையைக் கூட்டுகின்றது. அதுமட்டுமல்ல, நடிக்கும்போதே பேசும் வசனம் உணர்ச்சி பொதிந்து இருக்கும். பாத்திரப் பேச்சை உணர்ச்சியுடன் பேசுவது நடிப்பின் ஒரு முக்கியப் பரிமாணம். இதனால்தான் நம் நாட்டில் தேசிய விருதுகளுக்குப் போட்டியிட நடிப்பவரே வசனங்களைப் பேசியிருக்க வேண்டும் என்று ஒரு அடிப்படை விதி இருக்கின்றது. அதுமட்டுமல்ல படம் முழுவதும் பின்னணி இசை ஒலித்துக் கொண்டிருப்பதும் நம்பகத்தன்மையைக் குலைக்கின்றது.

ஆனால், பன்னாட்டளவில் ஆரம்பகாலத்தில் யதார்த்த பாணியில்தான் சினிமா வளர்ந்தது. இத்தாலிய சினிமாவின் யதார்த்த அலை மூலம்தான், ஐரோப்பிய சினிமா, உலகின் மற்ற நாடுகளுக்குப் பரிச்சயமானது. இரண்டாம் உலகப்போர் இந்த அலை உருவாவதற்கு ஒரு காரணமாய் அமைந்தது. ஐரோப்பாவின் பெரிய ஸ்டுடியோக்கள், அவைகளிலிருந்த விலையுயர்ந்த உபகரணங்கள் குண்டுவீச்சில் அழிந்து பட்டபின், இயக்குனர்கள் நிஜ தளங்களில், கிராமங்களில், நகர்வெளி களில், எளிமையாகப் படமெடுக்க வேண்டிய நிலை வந்தது. இம்மாதிரியான படமாக்கல் முறை அவர்களை யதார்த்த பாணிக்கு இட்டுச் சென்றது. அது மட்டுமல்ல; இருபெரும் சர்வாதிகாரிகள் வெறுப்புக் கொள்கைகளையும் பொய்களையும் ஊடகங்கள் மூலம் பல ஆண்டுகள் மக்கள் மீது திணித்துக் கொண்டிருந்த அந்தக் காலம் முடிந்த பின், உண்மையைத் திரை மூலம் சொல்ல யதார்த்தபாணி வசதியாக உருவானது.

அறுபதுகளில்தான் யதார்த்தவாதம் லேசாகத் தமிழ்ச் சினிமாவில் தோன்றுகின்றது. யதார்த்த சினிமாவை அழுத்தமாக

அறிமுகப்படுத்தியவர் ஜெயகாந்தன். **உன்னைப்போல் ஒருவன்** *(1964)* என்ற தனது குறுநாவலை அவர் பாடமாக்கினார்(நாவலாசிரியரே தனது படைப்பைப் படமாக்குவது ஓர் அபூர்வ நிகழ்வு.). யதார்த்தத்திலிருந்து வெகு தூரம் விலகியிருந்த தமிழ்த் திரைக்கு **உன்னைப்போல் ஒருவன்** உள்ளடக்கத்திலும் வடிவமைப்பிலும் ஒரு புதுமையாக வந்தது. விளிம்பு நிலை மக்களைக் கதாமாந்தர்களாகக் கொண்டிருப்பதே ஒரு புதுமையாக அமைந்திருந்தது. இதை அடுத்து அவர் இயக்கிய, அவரது கதையான **யாருக்காக அழுதான்?** (1966) படத்திலும் யதார்த்தத் தன்மை அழுத்தமாக இருந்தது. இந்தப் படத்தை ஒளிப்பதிவு செய்த நிமாய் கோஷின் பங்களிப்பும் இதற்கு முக்கியமான காரணம். அதிலும் அவரது ஒளியூட்டல் உத்திகள் இந்த யதார்த்தத்திற்குக் கைகொடுத்தன. எழுபதுகளில் தமிழ்த் திரையுலகில் நட்சத்திரங்களின் ஆதிக்கம் மறைய ஆரம்பித்த போது பல புதிய இளம் இயக்குநர்கள் யதார்த்த பாணியை நோக்கி நகர்வது மிகவும் அழுத்தமாக வெளிப்பட்டது. பாரதிராஜா, ருத்ரையா, பாலு மகேந்திரா, மகேந்திரன், துரை, ஜெயபாரதி போன்றோரின் படைப்புகளைச் சுட்டிக்காட்டலாம். படங்களின் உள்ளடக்கத்தில் சில சமரசங்களைச் செய்துகொண்டார்கள் எனினும் இவர்கள் படப்பிடிப்பு அரங்குகளை விட்டு, நிஜ தெருக்கள், கிராமப்புற வீடுகளில் படம் பிடித்து நம்பகத்தன்மையைக் கூட்டினார்கள்.

பத்தாண்டுகளுக்கு முன் தமிழ்த் திரையில், பல படங்கள், யதார்த்தப்பாணி காட்சிகளுடன் உருவாக்கப்பட்டன. பல திரைப்பட விழாக்கள் நம் நாட்டில் நடக்க ஆரம்பித்ததும் பன்னாட்டுப் படங்கள் டிவிடி உருவில் கிடைக்க ஆரம்பித்ததும் காரணங்களாக இருக்கலாம். **சுப்ரமணியபுரம்** *(2008)* இந்த யதார்த்தபாணி அலையின் உச்ச கட்டமென்று கூறலாம். ஸ்டாண்டில் பொருத்தாமல் காமிராவைக் கையில் பிடித்துக் கொண்டு படம் பிடிக்கப்பட்ட பல காட்சிகள் இந்த யதார்த்த அணுகுமுறைக்கு அழுத்தம் கொடுக்கின்றன. **அழகர்சாமியின் குதிரை** *(2011)* யதார்த்தத்தில் துல்லிய கவனம் செலுத்தியதுடன் மத நம்பிக்கை பற்றிய ஒரு நோக்கை அடக்கமாகக் கூறியது ஒரு சீரிய கலையனுபவமாக அமைந்தது. தமிழ்ச் சினிமாவின் ஒரு முக்கிய நிகழ்வு பாலாஜி சக்திவேலின் **வழக்கு எண் 18/9** *(2012)*. நகர்ப்புறப் பின்புலத்தில் ஒரு யதார்த்தப்பாணிக் கதையாக வெளிவந்து கவனிக்கப்பட்டது. சம்பந்தமில்லாத குறுக்கீடுகள் ஏதுமின்றி, சக்திமிக்கக் காட்சிப் படிமங்களுடன் கூடிய கதைசொல்லலில் உள்ள தரம் மட்டுமே பார்வையாளர்களின் கவனத்தை ஈர்த்து பிடிக்கின்றது. இம்முறையில் கதை சொல்லப்படும் போது அப்படத்தின் உள்ளடக்கமாக இருக்கும் சிந்தாந்தம் நீர்த்துப்போகாமல் பார்வையாளரை அடைகின்றது.

சினிமா கொட்டகை

நம் திரைப்படங்களில் பாடல்கள் இடம்பெறுவது, இந்திய / தமிழ்ச் சினிமாவின் தனித்தன்மை; சினிமாக் கலைக்கு இந்திய / தமிழ்ச் சினிமாவின் பங்களிப்பு எனச் சொல்லப்படுவதை அடிக்கடி கேட்கக் கூடியதாக இருக்கிறது. ஹாலிவுட் மெலோடிராமா படங்களில் நிறைய நடனங்களையும் வாயசைக்கும் பாடல்களையும் நான் பார்த்திருக்கிறேன். இலத்தீன் அமெரிக்கா, ஆப்பிரிக்கா, ஸ்பானிஷ் மெலோ டிராமா படங்களிலும் இவ்வாறான பாடல்கள் இருக்கின்றன. உலகின் ஒவ்வொரு சமூகமும் அதற்கென நாடக மரபையும் நாட்டுப்புறக் கலை மரபையும் கொண்டிருக்கின்றன. துவக்ககாலத் திரைப்படங்களில் இதன் பாதிப்புக்கள் கட்டாயம் இருந்தே தீரும். ஆனால், திரைப்படத்தின் காட்சிரூப சாத்தியங்கள் உணரப்படும்போது இந்தப் பாடல்களின் அவசியம் குறைந்துகொண்டே போகிறது. பாடல்கள் இப்போது தனித்த வகையினமாக ஒரு தொழிலாக ஆகிறது. இந்தியா அல்லாத நாடுகளில் ஆல்பங்களின் கலாசாரம் தனித்துறையாக நிலைத்துவிட்டது. இந்தியா மற்றும் தமிழகத்தில் அது நிகழவில்லை. திரைப்படத்தின் பகுதியாகவே பாடல்கள் இன்றும் இருக்கின்றன. அதனைக் கட்டாயமாகக் காட்சிப்படுத்த வேண்டிய தேவையும் வந்துவிடுகிறது. பாடல்கள் கதைத்தர்க்கம், யதார்த்தம் என்பதற்கு மாறாக ஒரு ஒட்டுப்போடப்பட்ட சமாசாரமாக ஆகிவிடுகிறது. இதனால் திரைப்படத்தின் ஒருமை குலைகிறது எனக் கருதுகிறேன். தமிழ்த் திரைப்படத்திற்குப் பாடல்கள் தேவையா தேவையில்லையா என்பது குறித்து உங்கள் நிலைப்பாடு என்ன?

நல்ல சினிமாவிற்குப் பாட்டு தேவையில்லை என்பது என் நிலைப்பாடு. இது உலகெங்கும் – அர்ஜென்டினாவிலிருந்து ஜப்பான் வரை – நிரூபிக்கப்பட்டிருக்கின்றது. ***உன்னைப்போல் ஒருவன்*** *(1965) தொடங்கி* ***வழக்கு எண் 18/9*** *(2012) வரை தமிழ்ச் சினிமாவிலேயே பல படங்களை எடுத்துக்காட்டாகக் காட்டலாம். ஒரு படத்தில் பாட்டு இருந்தால் அது கதையுடன் ஒத்து, இணைந்து போகவேண்டும். இல்லையென்றால் கதை சொல்லலில் அது ஒரு குறுக்கீடாக, இடையூறாக வருகின்றது. (திரைப்பட இசை வேறு, பாடல் வேறு. நான் இங்குப் பாடல் களைப் பற்றி மட்டும் பேசுகின்றேன்) ஏதாவது ஒரு கருத்தை, சித்தாந்தத்தை முன்னிறுத்தும் படங்கள் வந்தாலும், பாடல்களின் குறுக்கீட்டினால் படத்தின் தாக்கம் நீர்த்துப்போகின்றது. படத்தில் தொய்வு ஏற்படுவது மட்டுமல்ல, படத்தின் மையக்கருத்திலிருந்து பார்வையாளர்களை விலக்குகின்றது. பாடல்களும் அத்துடன் வரும் நடனங்களும் ரசிகர்களின் கவனத்தைத் திசை திருப்புவ தால், ஒரு படம் சொல்லவரும் நல்ல கருத்துக்கள் ரசிகர்களைச் சென்றடைவதில்லை. பல பாடல்கள், குழு நடனங்கள், தனியானதொரு காட்சியாக, கதையுடன் சேராமல், கதை நகர்விலிருந்து முற்றிலும் விலகியதாக அமைகின்றன. ஒரு*

திரைப்படத்தில் பாட்டு கதை சொல்லலைக் குலைக்கின்றதா அல்லது கதைக்கு ஆழத்தைக் கொடுக்கின்றதா; பிம்பங்களின் தாக்கத்தை அதிகரிக்கின்றதா இல்லை குறைக்கின்றதா; கதைசொல்லலில் குறுக்கீடாக வருகின்றதா போன்ற கேள்விகள் எழுப்பப்பட வேண்டும்.

படம் பார்க்கும் பார்வையாளர்கள் இப்பாடல்களைக் கேட்டு அதில் ஈடுபடும்போது, படத்தின் உள்ளடக்கம் பின்னுக்குத் தள்ளப்படுகின்றது. சினிமாவின் அடிப்படைக் கூறான காட்சிப்படுத்துதல் முற்றிலுமாக ஒதுக்கப்படுகின்றது. இதனால், சினிமாவின் இலக்கணம் பாதிக்கப்படுகின்றது. நாம் சினிமாவைப் பார்க்கப் போகின்றோம். கேட்க அல்ல. ஒரு பாட்டு படத்தின் ஓட்டத்திலிருந்து வேறுபட்டுத் தனிக் கேளிக்கை ஆகிவிடுகிறது. படத்தின் பாதிப்பைச் சிதைத்து அதை மேற்பூச்சான பொழுதுபோக்குத் தளத்திலேயே நிறுத்திவிடுகிறது. ஒரு திரைக்கதையின் நகர்வில் இம்மாதிரி அடிக்கடி தொய்வு ஏற்பட்டால், பார்ப்போர் மனத்தில் அது எந்தத் தாக்கமும் ஏற்படுத்தாது. வெளிநாட்டுத் திரைப்பட விழாக்களுக்குத் தமிழ்ப் படங்களை அனுப்பும்போது அவற்றின் பாடல் காட்சிகளை வெட்டிவிட்டு அனுப்புவதும் இதனால்தான். சினிமாவிற்கே உரித்தான குணாதிசயங்களை மட்டுப்படுத்துவதின் மூலம், சமூகப் பிரக்ஞையற்ற பொழுதுபோக்குச் சாதனம் என்ற அளவிலேயே திரைப்படங்களை இந்தப் பாடல்கள் நிறுத்திவிடுகின்றன.

தமிழ்த் திரைப்படங்களில் பாட்டுக் காட்சி பிம்பங்களுடன் தோன்றுகின்றன. அவைகளைத் தனித்துக் கேட்டல் கூடும் என்றாலும் அவைகளின் தோற்றம் பிம்பங்களுடன்தான் என்பதை நாம் நினைவில் கொள்ளவேண்டும். அதாவது திரை இசை என்பது ஒரு 'அப்ளைட் ஆர்ட்' (applied art). இது சினிமாப் பாட்டுகளைப் பற்றிப் பேசும்போது மனதில் கொள்ளவேண்டிய ஒரு அடிப்படையான கூறு. "பறவையைக் கண்டான், விமானம் படைத்தான். எதனைக் கண்டான் மதங்களைப் படைத்தான்?" என்ற பாட்டு வேற்று மதப் பெண்ணொருத்தியிடம் மனதைக் கொடுத்துவிட்ட ஒரு முஸ்லிம் இளைஞனால் பாடப்படுகிறது என்று தெரிந்தால் அதன் முக்கியத்துவம் புரிகின்றது.

சினிமாப் பாட்டு தமிழரின் வாழ்வில் சிறப்பான ஓர் இடத்தைக் கொண்டிருக்கிறது என்பதில் சந்தேகமேயில்லை. நாடு சுதந்திரம் அடைந்த காலகட்டத்தில் **நாம் இருவர்** படத்தில் வந்த *கருணாமூர்த்தி காந்தி மகாத்மா* பாடலும், பாரதியின் 'கொட்டு முரசே' பாடலும் பள்ளிகளில் பாடப்பட்டன. உடுமலை நாராயணகவி எழுதிய *'ஆகும் நெறி எது?* ஆகா நெறி எது?'

என்ற பாடல் **(சொர்க்கவாசல் 1954)** *திராவிட இயக்கத்தின் நாத்திகக் கொள்கையைப் பறை சாற்றியது. கவிராயர் எண்பதுகள் வரை தமிழ்த் திரையுலகில் திராவிட இயக்கத்தின் குரலாக விளங்கினார். பட்டுக்கோட்டை கல்யாணசுந்தரம் பொதுவுடமைக் கருத்துகளைப் பாடல்களில் பொதிந்து வைத்தார்.* **அரசிளங்குமரி** *(1961) படத்தில் வரும் சின்னப் பயலே பாடலில் தனியுடமைக் கொடுமைகள் தீர தொண்டு செய்யடா என்று எழுதினார். 1982இல் முதலமைச்சராக இருந்த எம்.ஜி.ஆர். ஒரு பேட்டியில், “எனது முதலமைச்சர் நாற்காலியின் மூன்று கால்கள் எவற்றால் ஆனவை என்று எனக்குத் தெரியாது. ஆனால், நான்காவது கால் பட்டுக்கோட்டை கல்யாணசுந்தரம் பாடல்களால் ஆனது” என்று கூறித் தமிழக அரசியல் – கலாசார வாழ்வில் திரைப்படப் பாடலின் இடத்தைக் கோடிட்டுக் காட்டினார். தமிழ் மக்களிடையே மிகுந்த தாக்கம் உடையது திரைப்பாடல்கள் என்பதில் சந்தேகமே இல்லை. அதுமட்டுமல்ல, மேலை நாடுகளில் பாப் இசை கொண்டுள்ள இடத்தை இங்கு சினிமாப் பாட்டு நிரப்பி இருக்கின்றது. சினிமாப் பாடல்தான் மக்கள் இசையாக தமிழ்நாட்டில் முன்னிலையில் இருக்கின்றது.*

பிரித்தானிய அரசின் கீழ் உருவாக்கப்பட்ட தணிக்கை அமைப்பு, இரண்டாம் உலகப் போரின்போது தணிக்கை அமைப்பு தமிழ்ச் சினிமாவில் செலுத்திய பாதிப்பு, போருக்கு ஆதரவாக பிரித்தானியாவை ஆதரித்து உருவாக்கப்பட்ட தமிழ்ப் படங்கள் எனத் தணிக்கையின் அரசியல் பரிமாணங்கள் குறித்து நீங்கள் ஆய்வு செய்திருக்கிறீர்கள். அதனடிப்படையில் இக்கேள்வியைக் கேட்கிறேன். ஐரோப்பியத் திரைப்பட வரலாற்றை எடுத்துக்கொண்டால், ஐரோப்பியத் தணிக்கை மரபில் மிகமுக்கியமான காலகட்டமாக இருந்தது ரஷ்யப் புரட்சியும் பாசிசத்திற்கு எதிரான அரசியல் காலகட்டமும் எனச் சொல்லாம். பிரிட்டனிலும் அமெரிக்காவிலும் அரசியல் காரணங்களுக்காக ரஷ்ய இயக்குநரான ஐஸன்ஸ்டீனின் ‘பேட்டல்ஷிப் போதம்கின்’ தடைசெய்யப்பட்டது. பாசிசக் கருத்தியலை முன்வைத்த காரணத்திற்காக லென் ரிப்சந்தாலின் ‘தி பேரேட்’ தடை செய்யப்பட்டது. இது இரண்டாம் உலகப் போர் முடியும் வரையிலான நிலைமை. அதன்பின், ஜப்பானிய இயக்குநரான நகிசா ஒஸிமாவின் ‘அய்னோ கோரா’, பசோலனியின் ‘ஸலோ’, பெர்ட்டுலூசியின் ‘த லாஸ்ட் டாங்கோ இன் பாரிஸ்’ போன்ற படங்கள் அதனது பாலுறவுச் சித்தரிப்புக்காக அமெரிக்காவிலும் ஐரோப்பிய நாடுகளிலும் தடைக்கும் பல்வேறு வாதப் பிரதிவாதங்களுக்கும் உள்ளாயின. இப்போது அறம் ஒழுக்கம் சார்ந்த நம்பிக்கைகள் / அடிப்படைகளுக்கு மாற்றாகத் துறைசார் குறிப்பாகத் திரைத்துறைசார் வளர்ச்சிக்கு ஒப்ப, புதிய நிலைமைகளுக்கு முகம் கொடுக்கும் வகையில் திரைப்படத் தணிக்கை முறைகளை உலகெங்கிலும்

கைக்கொள்ளத் துவங்கியிருக்கிறார்கள். அரசியல், வன்முறை, பாலுறவு சார்ந்த விஷயங்களைக் குடிமக்கள் புரிந்துகொள்ளும் வயதும் முதிர்ச்சியும் மனநிலையும் சார்ந்து, எவரெவர் எப்போது எதனை எங்கு பார்க்கலாம் எனத் தரப்படுத்தவும் வகைப்படுத்தவும் செய்கிறார்கள்.

இந்தியாவில் தணிக்கை என்பது மதநல்லிணக்கம், சாதிய நல்லிணக்கம், இன நல்லிணக்கம், பெண் புனிதம் போன்றவற்றை முன்வைத்து நிர்வகிக்கப்படுகிறது. மதம், இனம், சாதி, பெண் எனும் எல்லா அடிப்படைகளிலும் மேட்டிமைச் சமூகத்தவர்களால் நிர்வகிக்கப்படுகிற, விளிம்புநிலை மக்களை ஒடுக்குகிற ஒரு அமைப்பாகத்தான் அது இருக்கிறது. நிறவாதம், இனவாதம், சாதியம், பெண்வெறுப்பு என்பதன் பெயரால் படுகொலைகளும், வார்த்தைகளில் சொல்ல முடியாத வன்முறைகளும், பாலியல் வல்லுறவுகளும் தனது கண்களுக்கு முன்னால் நடந்து வருவதைக் காணும் ஒரு கலைஞனிடம், வன்முறையையும் பாலுறவையும் சித்திரிக்காதே என்று சொல்வது என்ன நியாயம்?

பார்வையாளர் கலாசாரம் என எடுத்துக்கொண்டால், நமது திரைப்படக் கலாசாரம் என்பது முழுக் குடும்பத்துடன் மகிழ்ச்சியாகக் கண்டுகளிப்பதற்கானதாக, தாத்தா, பாட்டி முதல் பேரன், பேத்தி வரை ஒரே இடத்தில் அமர்ந்து பார்க்கத்தக்கதாக இருக்க வேண்டும் என நினைக்கிறோம். இதுதான் பிரச்சினை. நம்மளவில் குடும்பத்தை அடிப்படையாகக் கொண்ட திரைப்படப் பார்வையாளர் கலாசாரம் என்பதிலிருந்து நாம் மீள வேண்டும். சமூக நோக்கும் வரலாற்று இருப்பும் படைப்பு நோக்கும் கொண்ட வன்முறை / பாலுறவு சார் திரைப்படங்களை நாம் நிராகரிக்கக்கூடாது. அது எமது துன்புற்ற மக்களுக்கு நாம் செய்யும் அநீதியாகக்கூட ஆகிவிடும். தணிக்கையின் பரிமாணங்கள் இன்று அரசு என்பதையும் தாண்டி அரசியல் செல்வாக்குக் கொண்டவர்கள் அதனைத் தமது கையில் எடுத்துக்கொள்ளும் சூழல் உருவாகிவிட்டது. இது திரைச் சுதந்திரத்திற்கு மிகப்பெரிய அச்சுறுத்தலாக இருக்கிறது. இந்த நிலைமையில் தணிக்கை என்பது எவ்வாறு சாதகமானதாக உருவாக முடியும், அதனை எவ்வாறு முறைப்படுத்தமுடியும் என நீங்கள் கருதுகிறீர்கள்?

1920 முதல் சினிமாத் தணிக்கை வாரியம் போலீஸ் கமிஷ்னரின் தலைமையில் பெரு நகரங்களில் செயல்பட ஆரம்பித்தபோது அதன் முக்கியக் குறிக்கோள் திரை மூலம் தேசியக் கருத்துக்களைப் பரப்புவதைத் தடுப்பதுதான். காலனி ஆட்சி இந்தப் புதிய ஊடகத்தை அச்சத்துடனேயே பார்த்தது. பின்னர் வெள்ளையனே வெளியேறு இயக்கம் நடந்திருந்த காலகட்டத்தில் அது. காந்தியக் கொள்கைகள், பொதுவுடமைக்

கருத்துகள், தொழிலாளர் பிரச்சினை, இந்து – முஸ்லீம் உறவு போன்ற கருத்துகள் குறித்துத் திரைப்படங்களில் விவாதத்தைத் தடை செய்தனர். எந்தவொரு சமூகப் பிரச்சனையும் திரைப்படத்தில் கையாளப்படக்கூடாது என்ற அளவிற்குப் பிரிட்டீஷ் அரசின் தணிக்கை முறை இறுக்கமாகச் செயல்பட்டது. ராட்டையைக்கூடக் காட்ட முடியாது. இந்த அணுகுமுறை அப்போதைய திரைப்படங்களின் உள்ளடக்கத்தைப் பாதித்தது. சினிமாத் தயாரிப்பாளர்கள் தகராறு ஏதும் இல்லாமல் இருக்க வெறும் பொழுதுபோக்குப் படங்களையே தயாரித்தனர். இது தணிக்கையால் உருவாக்கப்பட்ட ஒரு வகையான தப்பித்தல்வாதம் எனலாம். வெளிவந்த படங்கள் பெருவாரியாகப் புராணப் படங்கள்தாம். '**1000 தலைவாங்கி அபூர்வ சிந்தாமணி** (1947)', **சந்திரலேகா** (1948) போன்ற கற்பனைகளுக்குள் தமிழ்ச் சினிமா தஞ்சம் புகுந்தது. நேரம் கொல்லிப் படங்கள் உருவாக்கப்பட்டன. இதுதான் சினிமா என்பது போல ஒரு தோற்றமும் உருவாக்கப் பட்டது. பொழுதுபோக்கு எனும் கருத்தாக்கத்தில் தமிழ்ச்சினிமா நிலைகொண்டது. அரசுடன் பிரச்சனையில் சிக்கிக்கொள்ள விரும்பாத தயாரிப்பாளர்கள், புராணப்படங்கள், ராஜாராணிப் படங்கள் என எடுத்தனர். இந்தியச் சினிமா இந்தக் காலகட்டத்தில் தான் வெறும் பொழுதுபோக்குச் சாதனமாக உருவெடுத்தது. இதேபோல 1975ஆம் ஆண்டு அமல்படுத்தப்பட்ட நெருக்கடிநிலைக் காலத்திலும் கடுமையான தணிக்கை முறையை அரசு திணித்தது. இரண்டு ஆண்டுகள் இயக்குநர்கள் படாதபாடுபட்டனர். எனினும், எமர்ஜன்சி என்ற அந்த அரசியல் அனுபவத்தைச் சார்ந்த படங்கள் ஏதும் தமிழில் வரவில்லை.

சுதந்திரம் வந்த பிறகு அமைப்பு ரீதியாகத் தணிக்கை வாரியத்தின் செயல்பாட்டில் பல மாற்றங்கள் கொண்டு வரப்பட்டன. சினிமாவின் தரத்தை உயர்த்துவதும் தணிக்கை வாரியத்தின் ஒரு குறிக்கோளாகச் சேர்க்கப்பட்டது. ஆனால், அந்தக் குழுக்களில் இடம் பெறுபவர்களில் எத்தனை பேருக்குச் சினிமா பற்றிய புரிதல் இருக்கின்றது என்று பார்த்தால் ஏமாற்றமே மிஞ்சுகின்றது. இன்று வரை சினிமாவின் அழகியல் பற்றிய பரிச்சயம் இல்லாமலேதான் இந்த வாரியம் இயங்கிக் கொண்டிருக்கின்றது. தணிக்கையாளர்களுக்குச் சினிமாவின் இயல்புகளில் பரிச்சயம் இல்லாததால், கதையின் கருவைப் பார்க்காமல், தனித்தனிக் காட்சிப் படிமங்களைப் பாலியல் ஒழுக்க ரீதியில் கண்காணித்து மையக்கருத்தைக் கோட்டை விட்டுவிடுகிறார்கள். படத்தின் தாக்கம் பற்றிய சுரணையேயில்லை. **ரத்தக்கண்ணீர்** (1954) படத்தில் பாலியல் தொழிலாளியுடன் உறவுகொண்ட கதாநாயகனுக்குத் தொழுநோய் வருகின்றது.

தொழுநோய் பாலியல் நோயல்ல. இந்நிலையில் உண்மைக்கு மாறாகக் கணிகையரையும் தொழுநோயாளிகளையும் இப்படம் இழிவுபடுத்துகின்றது. இந்தியத் தொழுநோய்ச் சங்கத்தின் எதிர்ப்பு உதாசீனப்படுத்தப்பட்டது. இன்றும் இப்படம், பத்தாண்டுக்கு ஒரு முறை, சிரமமின்றிச் சான்றிதழ் பெறுகின்றது. வாரியத்தின் அணுகுமுறை இன்றும் ஒரு எதிர்மறை அணுகுமுறையாகத்தான் இருக்கின்றது. ஒழுக்கரீதி எனும் ஒற்றைக்கண் பார்வையில், வன்முறையும் ரத்தகளரிக் காட்சிகளும் அவைகளின் பாதிப்புகளும் கண்ணில் படாமல் போய்விடுகின்றன. பெண்களை, மனைவியை, காதலியை அடிப்பது தமிழ்ப் படங்களில், அதிலும் 70, 80 களில் சாதாரணமாக வரும். அதை நாம் கவனிப்பதுகூட இல்லை. **கல்யாணப்பரிசு** *(1959)*, **சம்சாரம் ஒரு மின்சாரம்** *(1980)* இரு படங்களிலும் கணவன் மனைவியை அறைவான். இப்படங்களில் அதை நியாயப்படுத்தியே இந்தக் காட்சிகள் அமைக்கப்பட்டுள்ளன. இப்படிப் பெண்களை இழிவுபடுத்தும் வசனங்கள், காட்சிகள் தடையின்றி வருகின்றன; திக்குவாய், காது கேளாதவர், அரவாணிகள், குள்ளர்கள், மனநலம் குன்றியோர் போன்ற ஊனமுற்றோரை நகைச்சுவையாகப் பயன்படுத்துவதும் நடக்கின்றது.

பாலியல் காட்சிகள் கூடாது என எதிர்ப்பைக் காட்டுபவர்கள் அதனை வன்முறைக் காட்சிகள் கூடாது என்பதிலும் காட்ட வேண்டும். பாலியல் காட்சிகளைவிட வன்முறைக் காட்சிகளின் தாக்கம் அதிகத் தீமை பயக்கக்கூடியது என்று நான் நினைக்கின்றேன். பாலியல் காட்சிகளைப் பார்க்கும் சிறுவர்கள் அதிகமாகப் பாதிக்கப்படுவதில்லை. ஏனென்றால், குழந்தைகளுக்கு அந்த உணர்வு தீவிரமாக இருப்பதில்லை. பாலியல் உணர்வு இயற்கையான ஒன்று. வன்முறை அவ்வாறல்ல. ஆனால் வன்முறையும் அதன் வலியும் குழந்தைகளுக்குத் தெரியும். அண்மையில் வந்த பல படங்களில் ரத்தமும் கொலையும் அடிதடியும் நிறைந்திருக்கின்றன. தலையைத் துண்டிப்பது போலவும் குடலை உருவுவது போலவும் காட்சிகள் வருகின்றன. பாலியல் காட்சிகளைக் காட்டக்கூடாது என்ற முடிவை வன்முறைக் காட்சிகள் கூடாது என்பதிலும் கடைப்பிடிக்க வேண்டும். அண்மையில் வந்த பல படங்களில் அடிதடியும் ரத்தமும் கொலையும் நிறைந்திருக்கின்றன. இவை கொடூர சினிமா அல்லது குரூயல் சினிமா *(cruel cinema)* என்று குறிப்பிடப்படுகின்றது.

தணிக்கை வாரியத்தால் சான்றிதழ் அளிக்கப்பட்டும் **ஆரோக்ஷன்** போன்ற படங்கள் இடஒதுக்கீட்டை விமர்சிக்கின்றன என்ற காரணம் காட்டி மாநில அரசுகளால் தடை செய்யப்படுகின்றன. சான்றிதழ் பெற்ற பின்பும் சட்டஒழுங்கு கெடும் என்ற

காரணம் காட்டி சர்ச்சைக்குள்ளாகும் படத்தை மாநில அரசு தடை செய்கின்றது. ஆனால், அதன் உண்மையான காரணம் வேறாகவே இருக்கின்றது. இதுபோல முன்னர் **ஒரே ஒரு கிராமத்திலே** *(1989) படத்திற்கு இடைக்காலத் தடைவிதிக்கப்பட்டது. இதுபோன்ற சமூக, அரசியல் பிரச்னைகளைத் தொடும் படங்களுக்குத் தொல்லை கொடுத்தால், சர்ச்சைக்குள்ளாவதைத் தவிர்த்து, வெறும் நேரம் கொல்லிப் படங்களே உருவாக்கப்படும்.*

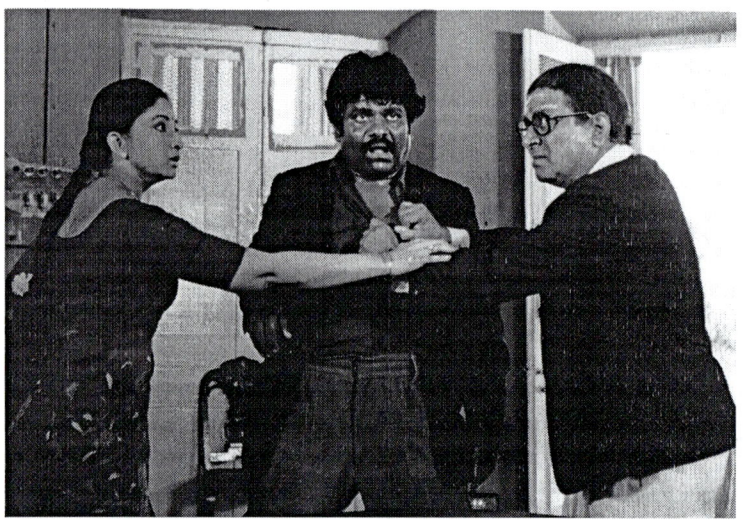

ஒரே ஒரு கிராமத்திலே

அரசு சாரா தணிக்கை முறைகளும் செயல்படுகின்றன. அவ்வப்போது இந்தப் பிரச்சனை தலைதூக்குவதைக் காணலாம். **அக்கிரகாரத்தில் கழுதை, சிறை, ஒரே ஒரு கிராமத்திலே பம்பாய், விருமாண்டி,** *என்று பல எடுத்துக்காட்டுகளைத் தரலாம். அண்மையில்* **இனம்** *படமும் தணிக்கைச் சான்றிதழ் பெற்றபின்னரும் திரையிட முடியாமல் போயிற்று. திரைப்படத்தில் மாற்றுக்கருத்துகளைப் பேசுவதற்கு இன்னும் நாம் கற்றுக்கொள்ளவில்லை.*

தமிழ்ச் சினிமா தொழில்நுட்ப ரீதியில் வளர்ந்திருக்கிறது; அது இந்தியச் சினிமாவுக்கு முன்னோடியாக இருக்கிறது என்னும் குரல்களை நாம் கேட்கிறோம். ஆனால், தொழில்நுட்பம் என்பதைப் பிரம்மாண்டம் என்பதோடு வைத்துப் பார்ப்பதாகவே ஷங்கர், மணிரத்னம், கமல்ஹாசன் போன்றோரது பார்வைகள் இருக்கின்றன. பிரம்மாண்டமான செட்டுகள் போட்டுப் படமெடுக்கிற ஹாலிவுட் ரியாலிசமே இவர்கள் முன்வைக்கும் தொழில்நுட்பம். மறுதலையில்

டிஜிட்டல் காமிரா போன்றவை குறைந்த செலவில் படங்களை உருவாக்கக்கூடிய சாத்தியத்தையும் திறந்துவிட்டிருக்கிறது. எடுத்துக் காட்டாகப் பாலுமகேந்திராவின் 'தலைமுறைகள்' மிக எளிமையான டிஜிட்டல் காமிராவினால் எடுக்கப்பட்டிருக்கிறது.மிக நல்ல ஐரோப்பியப் படங்கள் இவ்வாறு உருவாக்கப்படுகின்றன. தமிழ்ச் சூழலில் தொழில்நுட்பத்திற்கும் நல்ல சினிமா உருவாக்கத்திற்குமான உறவு எத்தகையதாக அமைவது உசிதம் எனக் கருதுகிறீர்கள்?

இசை, நடனம், நாடகம் போன்ற பாரம்பரிய நிகழ்கலைகளைப் போலல்லாமல், சினிமா முழுக்க முழுக்கத் தொழில்நுட்பத்தை அடிப்படையாகக் கொண்ட ஒரு கலைவடிவம். முன்னர் கூறிய கலைகளின் பிறப்பு அல்லது தோற்றம் பற்றி நமக்குத் தெரியாது. ஆனால், சினிமா நம் கண்முன் தோன்றி, அறிவியலின் அடிப்படையில் வளர்ந்தது; வளர்ந்து கொண்டிருக்கின்றது. இன்று பல தொழில்நுட்ப உபகரணங்கள் நம் கையில் இருக்கின்றன. மோஷன் கண்ட்ரோல் (தனித்தனியாகப் படம் பிடிக்கப்பட்ட இரு காட்சிகளை ஒரு காட்சியாக மாற்றும் உத்தி), அகிலா கிரேன் (காமிராவைப் பள்ளத்தாக்கின் மேலேகூட எடுத்துச்செல்லும் உபகரணம்), ட்ரோன் காமிரா, வெப்பமில்லா மின்விளக்குகள், கணிணி மூலம் செய்யக்கூடிய படத்தொகுப்பு, படமாக்கப்பட்ட காட்சியை உடனே பார்க்கக்கூடிய வசதியான விடியோ அசிஸ்ட் முதலியன. இவை படமெடுக்கும் முறையையே மாற்றிவிட்டன.

ஒவ்வொரு தொழில்நுட்ப உத்தியும் சினிமாவின் எல்லைகளை விரிவாக்கும் சாத்தியத்தை அளிக்கின்றது. ஆனால், அதே சமயம் ஒவ்வொரு தொழில்நுட்பமும் அதற்கே உரிய அழகியலையும் உள்ளடக்கி இருக்கின்றது. அது நம் கையில் இருக்கிறதே என்பதால் அதை ஒரு புதிதாகக் கிடைத்த பொம்மைபோல தேவையில்லாமல் பயன்படுத்தக்கூடாது. எடுத்துக்காட்டாகப் படப்பிடிப்பில் ஸூம் லென்ஸ் அல்லது கிரேன் பயன்பாடு. சினிமாவின் எல்லைகள் விரிவடையத் தொழில்நுட்பமும் அழகியலும் ஒன்று சேர வேண்டும். முதலில் சலனப்படம், பின் ஒலி வந்தது. ஒலியைத் தனியாகவும் படத்தைத் தனியாகவும் பதிவு செய்யும் கருவிகள் வந்த பின்னர் பின்னணிப் பாடகர் என்ற ஒரு புதிய கலைஞர் சினிமா உலகத்திற்கு வந்தார். பாடும் நடிகர்களின் காலம் முடிந்தது. பிறகு வண்ணம் வந்தது. திரைப்பட அழகியல் வளர்ந்தது. இவ்வாறு தொழில்நுட்ப வளர்ச்சியைச் சார்ந்து சினிமாவின் அழகியலும் வளர்கின்றது. ஆனால், தொழில்நுட்பத்தை மட்டுமே சார்ந்து உன்னத சினிமாவை உருவாகிவிட முடியாது. சிறந்த இலக்கியத்தைப் படைக்க நல்ல பேனா மட்டும் போதுமா? உலகின் சிறந்த திரைப்படங்கள் பல மிகவும் எளிய உபகரணங்களை வைத்து

உருவாக்கப்பட்டவை என்பதை மனதில் கொள்ளவேண்டும். கருப்பு வெள்ளைப்படமான **யாருக்காக அழுதான்?** ஒரு நல்ல எடுத்துக்காட்டு. ஜெயகாந்தனின் இயக்கத்துடன் நிமாய் கோஷின் ஒளியூட்டம், படப்பிடிப்பு அப்படத்தை ஒரு உன்னத தளத்திற்கு இட்டுச் செல்கின்றன. ஆனால், மிக எளிமையான தொழில்நுட்பம்.

அண்மையில் கிடைத்தது டிஜிட்டல் முறை படமாக்கல். காமிரா சிறியதாக இருப்பது மட்டுமல்ல, இதனால் பிம்பங்களைத் துல்லியமாகப் படமாக்கவும் முடியும். ஃபிலிம் சுருள் வீணாவதைப் பற்றிக் கவலைப்படத் தேவையில்லை. முந்தைய கலர் ஃபிலிம் சுருள், வெள்ளைத்தோல் நடிகர்களைத் துல்லியமாக அழகாகக் காட்டுவதற்கேற்ப உருவாக்கப்பட்டிருந்தது. ஃபிலிம் உருவாக்கப்பட்டதே அங்கேதானே? ஆனால், டிஜிட்டல் முறை படமாக்கல் கறுப்பு அல்லது கபில நிறத்தோல் கொண்டவர்களையும் துல்லியமாகக் காட்டும். (இதை விளக்கி சசிகுமார் **பிரன்ட்லைன்** இதழில் ஒரு அருமையான கட்டுரை எழுதியிருக்கின்றார்) படங்காட்டுதலிலும் வியக்கத்தக்க முன்னேற்றம் ஏற்பட்டுள்ளது. இணையத்திலிருந்து தரவிறக்கம் செய்து படங்களைக் காட்ட முடியும். பள்ளிகளிலும் கல்லூரி களிலும் உயர்ந்த திரைப்படங்களை இப்போது எளிதாகக் காட்டலாம். எத்தகைய தொழில்நுட்ப முன்னேற்றம் ஏற்பட்டாலும், சினிமாவின் ஆதாரசுருதி காட்சிப் பிம்பங்கள்தான். அதில் கவனம் செலுத்தப்பட வேண்டும். லியனார்டோ டாவின்சி கூறியது போல, "இயற்கையின் அளப்பரிய அழகை ஆன்மாவின் சாளரம் எனும் கண் மூலம்தான் நாம் உணரமுடியும். இரண்டாவதுதான் செவி. ஏனென்றால், கண் பார்த்துவிட்டதை அது கேட்பதனால்தான் காதிற்கு முக்கியத்துவம் கிடைக்கின்றது."

'த லைப் ஆப் பை' படம் தொடர்பான ஒரு அனுபவத்தை எழுதும்போது, இடைவேளை என்பது எவ்வாறு படம் பார்க்கும் அனுபவத்தின் ஒருமையைக் குலைக்கிறது என்றும் நீங்கள் பதிவு செய்திருக்கிறீர்கள். அப்படத்தின் நீளம் இரண்டு மணி நேரங்கள். இது ஒரு இந்தியப் படத்தின் நீளம். சாதாரணமாக இந்தியப் படங்களின் கால அளவு இரண்டே முக்கால் மணி நேரம் முதல் மூன்று மணி நேரம் வரை வருகிறது. இதனால், ஒரு இடைவேளை கொடுக்கப்படுகிறது. கதைகளைக்கூட இடைவேளைக்குத் தக்கவாறு இரண்டாகப் பிரித்துக்கொள்கிறார்கள். ஆனால், மேற்கில் எந்தப் படங்களுக்கும் இடைவேளை கிடையாது. நம் படங்களில் இடைவேளை இருப்பதற்கான வேறு ஏதேனும் காரணங்களை அல்லது தவிர்ப்பதற்கான சாத்தியங்களை நீங்கள் காண்கிறீர்களா?

மேலை நாட்டுப் படங்களில் மட்டுமல்லாது, ஜப்பான், தென்கொரியா, ஈரான், பிரேசில் போன்ற சினிமாவிற்குப் பேர் போன நாடுகளிலும் இடைவேளை கிடையாது என்பதை மனதில் கொள்ளவேண்டும். நம் நாட்டில் இடைவேளை என்னும் அம்சம் நாடக உலகிலிருந்து வந்தது என்பது என் அவதானிப்பு. ஐந்தாறு மணி நேரம் நடக்கக்கூடிய நாடகங் களுக்கு மேடைக் காட்சியமைப்பை மாற்றவும் நடிகர்கள் இளைப்பாறவும் இடைவேளை தேவையாயிருந்தது. ஆரம்பகாலத் திரைப்படங்களும் ஏறக்குறைய மூன்று மணிநேரம் இருந்தன. சினிமாக் காட்சி என்றால் இரண்டரை அல்லது மூன்று மணி நேரம் இருக்க வேண்டுமென்று மக்களும் எதிர்பார்த்தனர். இரண்டாம் உலகப்போரின் போது இந்தியாவில் பிரிட்டீஷ் அரசு, கச்சா ஃபிலிம் வேண்டுமென்றால் படத்தின் நீளத்தை 11 ஆயிரம் அடிகளுக்குள் எடுக்க வேண்டும் என்று சொன்னபோது அந்த குறுகிய நீளத்தில் படமே எடுக்க முடியாது என எஸ்.எஸ். வாசன் போன்ற படத் தயாரிப்பாளர்கள் பெருங்குரலெழுப்பினார்கள்.

இடைவேளை நேரத்தைச் சார்ந்து ஒரு சிறிய வணிக உலகமே இங்கு இயங்குகிறது. பெருமாள்முருகன் இந்த உலகைத் தனது **நிழல் முற்றம்** நாவலில் விவரிக்கின்றார். இவை மட்டுமல்லாமல் ஸ்லைடு விளம்பரம், ட்ரைலர் போன்றவற்றுக்கும் இடைவேளையில் நேரம் ஒதுக்கப்பட்டது. சலனப்படக் காலத்தில் சில எலக்ட்ரிக் தியேட்டர், எல்பின்ஸ்டன் அரங்குகளில் ஒரு சிறிய மதுக்கடை, ஸ்னூக்கர் மேஜை போன்ற அம்சங்களும் இருந்தன. தேனீர்க் கடைகள் எல்லா அரங்குகளிலும் இருந்தன.

இந்திய சினிமாவில், திரைப்படத்தின் ஒரு கூறாக இடைவேளை ஆனதினால், அது ஒரு படத்தின் வடிவமைப்பைப் பாதிக்க ஆரம்பித்தது. படத்தின் நடுவில் இப்படி ஒரு குறுக்கீடு வருவது படம் பார்க்கும் அனுபவத்தைக் குலைக்கின்றது. திரைப்பட விழாக்களிலும், திரைப்பட விருதுகளைத் தேர்ந்தெடுக்க ஜூரிகளுக்குப் படங்கள் திரையிடப்படும் போதும் இடைவேளை கிடையாது என்பதை மனதில் கொள்ளவேண்டும். நம் நாட்டிலேயும் திரைப்பட விழாக்களில் காட்டப்படும் எல்லாப் படங்களும் இடைவெளி இல்லாமல்தான் திரையிடப்படுகின்றன. ஒரு திரைப்படத்தின் தாக்கத்தை முழுமையாக உள்வாங்க நிறுத்தல், குறுக்கீடு, இடைஞ்சல் இல்லாமல், அமைதியில், ஆழ்ந்து பார்க்க வேண்டும். ஒரு படத்தை நாம் பார்க்கும் போது நிறுத்தங்கள் ஏற்பட்டால் மையக்கருத்து நீர்த்துப்போய் அதன் தாக்கம் புலனளவில் மட்டும் நின்றுவிடும் ஆபத்து இருக்கின்றது.

சினிமா கொட்டகை 123

தமிழ்ச் சினிமா குறித்து எழுதுவதற்கான, சினிமாவின் அழகியல் கருத்தாக்கங்களைச் சுட்டுவதற்கான விமர்சன மொழி தமிழில் உருவாகவில்லை என உங்களது கட்டுரைகளிலும் உரையாடல்களிலும் வலியுறுத்தி இருக்கிறீர்கள். தமிழில் முன்னெப்போதையும்விட தற்போது இதற்கான முயற்சிகள் நடந்து வருவதாகவே தெரிகிறது. திரைப்படக் கூட்டமைப்புகள், பட்டறைகள், இதழ்கள் இப்போது உருவாகியிருக்கின்றன. திரைப்படம் சார்ந்த அனுபவங்களை விரிவாக எழுதுபவர்கள் இருக்கிறார்கள். இந்நிலையில் தமிழ்ச் சினிமா விமர்சன மொழி தொடர்பான தற்போதைய உங்களுடைய மனப்பதிவுகள் எத்தகையவையாக இருக்கின்றன?

நிச்சயமாக இப்போது ஓரளவிற்கு நிலைமை மாறியிருக்கின்றது. பயிலரங்குகள் மட்டுமல்ல திரைப்படத்திற்கெனத் தனியாக இதழ்களும் தமிழில் வெளிவருகின்றன; திரைப்படம் பற்றி நூல்களும் வெளிவருகின்றன. இவை மகிழ்ச்சி தரும் செய்திதான். எனினும், விமர்சன மொழியிலோ துறைச்சொற்களிலோ தேவையான முன்னேற்றம் இல்லை. ஒரு சிறுகதையை விமர்சிப்பது போல்தான் சினிமா விமர்சனக் கட்டுரைகள் எழுதப்படுகின்றன. திரைப்பட விமர்சனங்கள் சினிமா ரீதியாக – சினிமாவின் இயல்புகளை, நியாயங்களை, பண்புகளை மனதில் வைத்து – எழுதப்படுவதில்லை. கதையை மட்டுமே அடிப்படையாக வைத்து எழுதுகின்றோம். கல்விப்புலம் இன்னும் சினிமா பக்கம் தன் கவனத்தைத் திருப்பவில்லை என்பதை நான் சுட்டிக்காட்ட வேண்டும். சினிமா பற்றிய தவறான அணுகுமுறை, ஒரு வித அசூசை இன்னும் இருக்கின்றது. கல்லூரி நூலகங்களில் சினிமா பற்றிய புத்தகங்கள் அரிதாகவே இருக்கின்றன. தமிழ்நாட்டுப் பள்ளி – கல்லூரிகளில் இலக்கியம் அறிமுகப்படுத்தப்படுகின்றது. சிறந்த இலக்கியம் பாடமாக வைக்கப்படுகின்றது. அதனால், இலக்கியத்திற்குப் பரிச்சயமான ஒரு பெரிய மக்கள் திரள் உருவாகி இருக்கின்றது. இசை பற்றிக்கூட போதிக்கப்படுகின்றது. இசைக்கும் நடனத்திற்கும் பள்ளிகளிலும் கல்லூரிகளிலும் இடம் தரும் நாம். திரைப்படத்திற்கு இடம் தருவதில்லை. ஆகவே, காட்சி பிம்பங்களை எதிர்கொள்ளும் திறன் மாணவர்களிடையே வளர்க்கப்படுவதில்லை. தாமாகவே தேடி ரசனையை வளர்க்க வேண்டியிருக்கின்றது. சினிமாவை எதிர்கொள்ள எந்த முயற்சியும் தேவையில்லை என்று நாம் நினைக்கின்றோம். நான் கல்லூரியில் படித்த நாட்களிலாவது 16 எம்எம் புரொஜெக்டர்களை வைத்துப் படம் காட்டுவார்கள். பாளையம்கோட்டை ஜான்ஸ் கல்லூரியில் மார்லன் பிராண்டோ அந்தோணியாக நடித்த **ஜூலியஸ் சீசர்** படம் பார்த்து வியந்து போயிருந்தது நினைவிற்கு வருகின்றது. இப்போது டிவிடி, நவீன புரொஜக்டர்கள் வந்துவிட்ட

பின்னும் கல்லூரிகளிலும் பள்ளிகளிலும் திரையிடல் வெகு குறைவாகவே நடக்கின்றது. திரைப்படம் ஒரு வெகுமக்கள் பொழுதுபோக்குத்தானே; ஆகவே, இப்பொருளைப் படிக்கத் தேவையில்லை என்று வாதிடுபவர்களும் உண்டு. விமர்சன இலக்கியம் இங்கு வளரமால் இருப்பதற்கு இதுவும் ஒரு காரணம். திரைப்படம் போன்ற ஊடகங்களைப் பற்றிய ஒரு புரிதல் அவசியம் என்ற கோட்பாட்டை அடிப்படையாகக் கொண்ட பண்பாட்டியல் துறை இன்னும் நமது உயர்கல்வி நிலையங்களில் தோன்றவில்லை.

கல்விப் புலத்துக்கு வெளியேயும் சினிமா எனும் ஊடகத்தைப் பற்றிய அக்கறையின்மையை எல்லாத் தளத்திலும் நாம் காணலாம். வெகுமக்கள் பத்திரிகைகளில் நடிகர்களைப் பற்றித்தான் – அதிலும் அவர்கள் நடிப்பைப் பற்றியல்லாமல் சொந்த வாழ்க்கையைப் பற்றிதான் – அதிகம் எழுதுகின்றார்கள். ஒரு சமூகத்தின் சினிமாவிற்கு இயக்குநர், தயாரிப்பாளர் மட்டும் பொறுப்பல்ல; திரைப்படங்களைப் பற்றி எழுதுபவர்கள், சிந்திப்பவர்களுக்கும் பொறுப்பிருக்கின்றது.

சினிமா என்ற கலைவடிவின் நியாயங்கள், தனித்தன்மைகள் பற்றி வெகு சிலரே எழுதும் இவ்வேளையிலும் சினிமாவிற்கென்றே **காட்சிப்பிழை, நிழல், படப்பெட்டி, திரை, படச்சுருள்** போன்ற தனி இதழ்கள் வர ஆரம்பித்திருப்பதும் *உயிர்மை, காலச்சுவடு, தீராநதி* போன்ற இதழ்களில் திரை பற்றித் தீர்க்கமான கட்டுரைகள் வருவதும் ஒரு நல்ல அறிகுறி. திரைப்படங்கள் பற்றிச் சினிமா ரீதியாக எழுதும் அருண் மோ, செழியன், ஜே.பி. சாணக்யா ஜமாலன் உட்படப் பல எழுத்தாளர்கள் சினிமாவின் அழகியல், நியாயங்கள், வரைமுறைகள் பற்றி எழுதுகின்றார்கள். சினிமாவை இவர்கள் ஒரு காட்சி ரூப சாதனமாக அணுகுவதைக் காணலாம். சென்னையில் தமிழ் ஸ்டுடியோ நடத்தும் பயிலரங்குகள், அவர்களது இணையதளம் சினிமா பற்றிய ஆரோக்கியமான அக்கறையைப் பரப்புகின்றது. இவை நம்பிக்கையூட்டுகின்றன.

***காலம்*, இதழ் 44, ஜூன் 2014**

11

தமிழ்த்திரையும் தணிக்கையும்

திரைப்படத் தணிக்கை 1918இல் பிரிட்டீஷ் அரசால் நம்நாட்டில் அறிமுகப்படுத்தப்பட்ட போதே அதன் நோக்கம் இந்தப் புதிய, காட்சி ஊடகத்தைக் கட்டுப்பாட்டில் வைத்திருப்பதுதான். இது ஒரு எதிர்மறை அணுகுமுறை. முதல் பல பத்தாண்டுகளாக, 1952 வரை தணிக்கை இயந்திரம் போலீசார் கையில்தான் இருந்தது. இந்திய சினிமா பெரும்பாலும் ஜனரஞ்சகப் பொழுதுபோக்கு சாதனமாக உருவானதற்கு அதன் முளைவிடும் பருவத்திலேயே திணிக்கப்பட்ட தணிக்கையும் ஒரு காரணமாகும். அதே நிலை இப்போது மறுபடியும் தலை தூக்குகின்றது.

முதல் சலனப்படம் சென்னையில் 1897இல் திரையிடப்பட்டுப் பத்துப் பதினைந்து ஆண்டுகளில் ஒரு புதிய பொழுதுபோக்குச் சாதனமாக ஏற்றுக்கொள்ளப்பட்டு, வணிகரீதியில் வேரூன்ற ஆரம்பித்தது. சீக்கிரமே நிரந்தர சினிமா கொட்டகைகள் பல எழுந்தன. திரையிடப்பட்ட பெருவாரியான படங்கள் அமெரிக்காவிலிருந்து இறக்குமதி செய்யப்பட்டவையே. இவைகளில் சித்திரிக்கப்பட்ட வெள்ளைக்காரர்களைப் பார்த்து இதுதான் பிரிட்டீஷ்காரர்களின் சமூக வாழ்க்கை என்று நம்மூர் சாமானிய மக்கள் நினைத்துக்கொள்வார்கள் என்று காலனிய அரசு கவலைப்பட்டது. இந்த அம்சத்தைக் கண்காணிக்கவே தணிக்கைச் சட்டம் 1918இல்

சு. தியடோர் பாஸ்கரன்

கொண்டுவரப்பட்டது (*Indian Cinematograph Act of 1918*). பிரிட்டீஷாரின் பெயருக்குக் களங்கம் ஏற்பட்டுவிடக் கூடாதே என்ற கவலையின் அடிப்படையில்தான் சினிமா தணிக்கை இங்கு பிறந்தது. இத்துடன் சிறிதுசிறிதாக மற்றக் கூறுகளும் சேர்த்துக்கொள்ளப்பட்டன.

1921இல் சினிமாத்துறையின் நிலைமையை அறிய லண்டனிலிருந்து அனுப்பப்பட்ட ஊடக விற்பன்னர் டபிள்யூ. இவான்ஸ் சென்னைக்கும் வந்தார். 1919இல் நடந்த ஜாலியன் வாலா பாக் படுகொலைக்கு பின் எழுந்த அரசியல் கொந்தளிப்பு நாட்டை உலுக்கியிருந்தது. வெகுமக்கள் நாடகமேடையில் அரசியல் தாக்கம் தெரிய ஆரம்பித்தது. திரையும் அரசியலுக்குப் பயன்படுத்தப்படலாம் என்று இவான்ஸ் கண்டுகொண்டு அபாயச்சங்கு போன்ற ஒரு அறிக்கை கொடுத்தார். இதைத் தொடர்ந்து எல்லா ராஜதானி அரசுகளுக்கும் சுற்றறிக்கை அனுப்பப்பட்டது. எழுத்தறிவு குறைந்த சமுதாயத்தில் ஒரு சக்தி வாய்ந்த காண்பியல் ஊடகமாகச் சலனப்படம் விளங்க முடியும் என்பதைக் காலனிய அரசு உணர்ந்தது. தணிக்கை அதிகாரிகள் அரசியல் கண்ணாடி அணிய ஆரம்பித்தனர். இன்ஸ்பெக்டர்கள் அவ்வவ்போது திரையரங்கிற்குச் சென்று படத்தைப் பார்த்து ஆட்சேபகரமாக ஏதாவது இருந்தால் மேலதிகாரிக்குத் தெரிவிப்பார். அன்று தணிக்கை இவ்வாறுதான் செயல்படுத்தப்பட்டது.

பம்பாயில் தயாரான எல்லாப் படங்களும் இங்கும் திரையிடப்பட்டன. கோகினூர் பிலிம்ஸின் **பக்த விதுரா** (1921) படத்தில் விதுரர், காந்தித் தொப்பியணிந்து, சிறையில் ராட்டை இயக்குவதுபோல் ஒரு சித்திரிப்பு. இதையறிந்த மதுரை கலெக்டர், ஒரு ஆங்கிலேயர், படத்தைத் தடைசெய்தார். புராணப் படங்கள் மூலம் தேசியக் கருத்துகளைப் பரப்புவது பிரிட்டீஷ் அரசுக்குத் தீமை விளைவிக்கும் என்று அந்த ஆணையில் குறிப்பிட்டார். நான் கவனித்தவரை இதுதான் முதன்முதலாகத் தடைசெய்யப்பட்ட இந்தியத் திரைப்படம். ஒரு ராஜதானியில் தடைசெய்யப்பட்ட படம், நாட்டின் மற்ற இடங்களிலும் தடைசெய்யப்பட்டது

அன்றைய காலத்தில் காட்டப்பட்ட படங்களில் பெருவாரியானவை வெளிநாட்டுப் படங்கள்தான். அவை இறக்குமதி செய்யப்பட்ட முக்கிய துறைமுகங்களான பம்பாய், மதராஸ், கல்கத்தா நகரங்களில் தணிக்கை செயல்பட்டது. கடல் கடந்துவரும் கருத்துக்கள் தங்கள் அரசை ஆடவைத்துவிடுமோ என்ற கவலைகொண்ட காலனிய அரசு, துருவித்துருவிப் பார்த்த பிறகே அவற்றைத் திரையிட அனுமதித்தது. பிரபல அமெரிக்க

இயக்குநர் டி.டபிள்யூ. கிரிஃபித் *(D.W. Griffith)*தின் **புயலின் அநாதைகள்** ***(Orphans of the Storm 1921)*** படத்தில் மக்களாட்சி பற்றிய கருத்தாக்கம் இருந்ததால் அது தடைசெய்யப்பட்டது. அதுபோலவே 1925இல் வெளியான, ரஷிய சினிமாவின் பிதாமகர் என்றறியப்படும் ஐசன்ஸ்டீன் இயக்கிய **போடம்கின் எனும் போர்க்கப்பல்** ***(Battleship Potekmkin)*** ரஷியப் புரட்சியை ஆதரிக்கும் படம் என்று பம்பாய் போலீஸ் கமிஷ்னர் அனுமதி மறுக்கப் பின் இது நாடு முழுவதும் தடைசெய்யப்பட்டது.

தமிழ்நாட்டில் பேசாப்படக் காலத்தில் தயாரிக்கப்பட்ட படங்கள் பெரும்பாலானவை புராணப் படங்களாகவும், மாய ஜாலப் படங்களாகவுமே இருந்ததால் தணிக்கைப் பிரச்னை ஏதும் எழவில்லை. ஆனால் பேசும்படம் தோன்றியபின் நிலைமை மாறியது. அத்துடன் 1931இல் ஆரம்பித்த சட்ட மறுப்பு இயக்கம் தமிழகமெங்கும் அரசியல் விழிப்பை உருவாக்கியிருந்தது. ஊடகங்களைக் கட்டுப்படுத்த போலீஸ், ரெவின்யூ அதிகாரிகளுக்குக் கூடுதல் அதிகாரம் அளிக்கப்பட்டது. தேசிய உணர்வைத் தூண்டுவது, குறுநில மன்னர்களை இழிவுபடுத்துவது (அவர்கள் பிரிட்டீஷாரின் ஆதரவாளர்களாயிற்றே), முதலாளி – தொழிலாளர் உறவு, இடதுசாரிச் சித்தாந்தம், மத உணர்வைத் தொடுவது, இந்து – முஸ்லிம் உறவு போன்ற காட்சிகளைக் களைவதில் தணிக்கை அதிகாரிகள் கவனம் செலுத்தினர்.

1936இல் **காங்கிரஸ் பெண்** என்ற படத்தை மதராஸ் நேஷனல் தியேட்டர் தயாரிக்க முற்பட்டது. ராட்டையில் நூல் நூற்றுத் தன் குடும்பத்தைக் காப்பாற்றும் பெண் பற்றிய கதை. அரசு அதிகாரிகள் இந்தக் கதையைப் படித்து இதைத் திரையிட அனுமதிக்கமாட்டோம் என்றுகூற, படம் தயாரிக்கும் முயற்சி கைவிடப்பட்டது. 1937இல் முழுமையாகத் தயாரிக்கப்பட்ட மிஸ். சுகுணாவை வெளியிட அரசியல் காரணங்களால் அனுமதி மறுக்கப்பட்டது.

1937இல் நாடெங்கும் தேர்தல் நடந்து, காங்கிரஸ் வெற்றி பெற்று மதராஸ் ராஜதானியில் ராஜாஜி தலைமையில் ஆட்சி அமைக்கப்பட்டது. இரண்டு ஆண்டு காங்கிரஸ் ஆட்சியில் எல்லாவகையான தணிக்கையும் நீக்கப்பட்டன. படைப்பாளிகளுக்கு மூச்சுவிடச் சந்தர்ப்பம் கிடைத்தது போலிருந்தது. இந்த இரண்டு ஆண்டுகளில்தான் கட்டுப்பாடற்ற நேரிடைப் பிரச்சாரத்துடன், சுதந்திரப் போராட்டத்தை ஆதரிக்கும் **தேசமுன்னேற்றம், மாத்ருபூமி, விமோசனம், ஆனந்தாஸ்ரமம்** போன்ற பல படங்கள் சென்னையில் தயாரிக்கப்பட்டன. அதில் முக்கியமானது **தியாகபூமி**. இவற்றில் எந்தப் படமுமே தடை

செய்யப்படவில்லை. அப்போது காங்கிரஸ் கட்சி பதிவியிலிருந்தது என்பதை நினைவில் கொள்ள வேண்டும். ஆனால் 1944இல், இரண்டாம் உலகப்போரின் பின்னணியில் தணிக்கை முறை இறுகியபோது, இரண்டாவது முறையாகத் திரையிடப்பட்ட **தியாகபூமி** உட்பட்ட சில படங்கள் தடைசெய்யப்பட்டன.

உலகப்போர் ஆண்டுகளில், இறக்குமதி பிரச்னையால் கச்சா பிலிம் தட்டுப்பாடு ஏற்பட்டது. போரில் பிரிட்டீஷாரின் நிலைப்பாட்டை ஆதரித்துப் படம் எடுத்தால் கச்சா பிலிம் தரப்படும் என்றது அரசு. **பர்மா ராணி** படத்தை மாடர்ன் தியேட்டர்ஸ் 1944இல் வெளியிட்டது. அதே ஆண்டு **தியாகபூமி**யை எடுத்த கே. சுப்ரமணியம், போரை ஆதரித்து **மானஸம்ரக்ஷணம்** இயக்கினார். எஸ்.எஸ். வாசனும் தன்பங்கிற்கு **கண்ணம்மா என் காதலி** (1945) என்ற யுத்த ஆதரிப்புப் படத்தை எடுத்தார். போர் முடிந்தபின், இந்திய சுதந்திரம் அடிவானில் தெரிய ஆரம்பித்த பின் தணிக்கை முற்றுமாகத் தளர்ந்தது.

சுதந்திர இந்தியாவில் 1951இல் புதிய தணிக்கை வாரியம், மத்திய அரசின் ஒரு அங்கமாகச் செயல்பட ஆரம்பித்தது. *மணிக்கொடி* ஆசிரியர் 'ஸ்டாலின்' ஸ்ரீனிவாசன் தலைவராக நியமிக்கப்பட்டார். படங்களைப் பார்க்க ஒரு குழு அமைக்கப் பட்டது. இந்தச் சமயத்தில்தான் திராவிட முன்னேற்ற கழகத்தினர் வசனகர்த்தாக்களாகத் திரைப்பிரவேசம் செய்திருந்தனர். 1949இல் **நல்லதம்பி**, **வேலைக்காரி** படங்களுக்கு அண்ணாதுரை வசனம் எழுதினார். ஆனால் கருணாநிதி வசனம் எழுதிய **பராசக்தி** (1952) பலத்த எதிர்ப்பைக் கிளப்பியது. பகுத்தறிவுவாதம், நாத்திகவாதம் போன்ற கருத்துக்களைக் கொண்ட இப்படம் ஒரு தனிக்குழுவின் பரிசீலனைக்கு விடப்பட்டது. வெட்டு எதுவுமின்றிப் படம் திரையரங்குகளை அடைந்தது. ஆனால் அதைத் தொடர்ந்துவந்த அண்ணாதுரை எழுதிய **சொர்க்கவாசல்** (1954) தணிக்கைக்குத் தப்பவில்லை. கடவுள் மறுப்புப் பாடல்களும் வசனங்களும் மாற்றப்பட்டன.

இடதுசாரி எழுத்தாளர் எஸ். நாகராஜன் எழுதி 1958இல் வெளிவந்த **அவன் அமரன்** படத்தில், காட்சிகளும் வசனங்களும் பல வெட்டுகளுக்கு ஆளானது. இந்தப் படத்தை வீணை மேதை எஸ். பாலசந்தர் இயக்கியிருந்தார். (எந்த வசனங்கள் நீக்கப்பட்டன எந்தெந்தக் காட்சிகள் வெட்டப்பட்டன என்ற விவரங்கள் அரசிதழில் (*Gazettee*) வெளியிடப்பட்டன. வெட்டப்பட்ட பிலிம் துண்டுகள் புனே ஆவணக்களரியில் வைக்கப்பட்டன.)

தணிக்கை வாரியம் ஆட்சியிலிருக்கும் கட்சியின் கொள்கையைப் பிரதிபலித்து இயங்குவது வழமையாகிவிட்டது.

மார்க் ராப்சன் இயக்கிய **நைன் அவர்ஸ் டு ராமா** என்ற அமெரிக்க படம் (***Nine Hours to Rama-1962***) தடைசெய்யப்பட்டது ஒரு எடுத்துக்காட்டு. 1998இல் விருதுகள் பல பெற்ற இயக்குநர் ஜமீல் தெலாவி இயக்கிய **ஜின்னா** (ஆங்கிலம்) படமும் இந்தியாவிற்குள் அனுமதிக்கப்படவில்லை. அருமையான வரலாற்றுப் படம் அமெரிக்காவில் பார்க்க வாய்ப்புக் கிடைத்தது. நம்மூர் ஷஷி கபூர் ஒரு பிராதன பாத்திரத்தில் நடித்திருக்கின்றார்.

நீதிமன்றமும் சில தருணங்களில் ஒரு படம் காட்டப்படு வதைத் தடுக்க முடியும். 1995இல் கொள்ளைக்காரியாக அறியப்பட்ட, பாராளுமன்ற உறுப்பினரான பூலன் தேவியின் வாழ்க்கை வரலாறு **பேண்டிட் க்வீன்** என்ற படமாகச் சித்திரிக்கப்பட்டபோது அது தடைசெய்யப்பட்டது அதேபோல சாதி அடிப்படை ஒதுகீடு பற்றிக் கேள்விகள் எழுப்பிய **ஒரே ஒரு கிராமத்திலே** (1989) படம் நீதிமன்றத்தின் மூலம் இடைக்காலத் தடையைச் சந்தித்தது.

சில தனியார் குழுக்கள் சட்டதிட்டங்களுக்குப் புறம்பான தணிக்கையை நம் நாட்டில் செயல்படுத்துகின்றனர். தேசிய விருது பெற்ற **அக்ரஹாரத்தில் கழுதை** (1977) தொலைக்காட்சியில் காட்டப்படும் என்று மூன்றுமுறை அறிவித்த பின்னரும் சில அமைப்புகளின் எதிர்ப்புக்குப் பணிந்து கடைசி நிமிடத்தில் ஒளிபரப்பு ரத்து செய்யப்பட்டது. வெளியிடுவதற்கு முன்பே பால் தாக்கரேயிற்கு **பம்பாய்** (1995) திரையிட்டுக் காட்டப்பட்டதும் இவ்வாறான ஓர் கட்டுப்பாடுதான். **சர்க்கார்** (2018) படத்திற்குத் தணிக்கை வாரியத்தின் சான்றிதழ் கிடைத்தபின்னும், அதை அரசியல் கட்சி ஒன்று எதிர்த்ததால் தயாரிப்பாளரே படத்தைச் சுத்திகரித்து எதிர்ப்பாளர்களைத் திருப்தி செய்தார். இம்மாதிரி தயாரிப்பாளர்கள் பணிந்து கொடுப்பதால் படைப்பாளியின் சுதந்திரம் பறிபோகின்றது. அது மட்டுமல்ல, அரசியல், ஜாதி, மத அக்கப்போரில் மாட்டிக் கொள்வதைத் தவிர்க்க, தயாரிப்பாளர்கள் எவ்விதச் சிந்தாந்தமும் இல்லாத, உப்புசப்பற்ற நேரங்கொல்லிப் படங்கள் எடுக்க ஆரம்பிக்கும் ஆபத்து உருவாகின்றது.

கதையின் கரு, ஓட்டம், திரைப்படத்தின் தன்மை இவற்றை உணராமல் தணிக்கைக் குழு விட்டேற்றியாகப் படத்தின் சில பகுதிகளை நீக்கிவிடும் தவறு இன்றும் நடக்கின்றது. சூசகமாகப் படம் உறுதிப்படுத்தும் கருத்துக்கள் யாவை என்பதை அறிய சினிமா பற்றிய அறிவு தேவையாகின்றது. அதாவது சினிமா ரசனை. தணிக்கை வாரியத்தின் எல்லா உறுப்பினர்களுக்கும், தலைவருக்கும் இந்த ரசனை ஓரளவாவது இருக்க வேண்டும்.

சர்ச்சையில் சிக்கிய **உட்தா பஞ்சாப்** *(பஞ்சாபி, 2016)* படம் அந்த மாநிலத்தில் ஒரு தலைமுறையே போதை மருந்துக்குப் பலியாவைதைக் கண்டுதுடித்த ஒரு படைப்பாளியின் ஆதங்க வெளிப்பாடு. ஆனால் தணிக்கை செய்யப்படும்போது, படத்தின் மையக்கருத்தைக் கணக்கில் கொள்ளாமல், தனித்தனிக் காட்சிப்படிமங்களை மட்டும் ஒழுக்கரீதியில் கண்காணித்துக் கத்தரி போட்டுப் படத்தைச் சின்னாபின்னமாக்கி விட்டார்கள். படத்தின் தாக்கம் வெகுவாக நீர்த்துப்போனது.

தணிக்கையில் சிக்காமலிருக்கச் சில ஆக்கத்திறன் கைவரப்பெற்ற இயக்குநர்கள், சினிமா மொழியைக் கூர்மையாய்ப் பயன்படுத்திச் சிறந்த படங்கள் எடுத்ததும் வரலாற்றில் உண்டு. போலந்திலும், கிழக்கு ஐரோப்பிய நாடுகள் சிலவற்றில் அறுபதுகளிலும் எழுபதுகளிலும், கடுமையான தணிக்கைச் சூழலிலும் பல அருமையான அரசியல் படங்கள் தோன்றின. **பராசக்தி**யும் ஒரு உருவகப்படம்தான் *(allegory)* அது பிரிட்டீஷ் அரசு காலத்தில் நடக்கும் கதையாகக் காட்டப்படுகின்றது. தணிக்கையிலிருந்த தப்ப பல எழுத்தாளர்களும் உருவக உத்தியைப் பயன்படுத்தியுள்ளனர். அண்மையில் நான் பார்த்து மகிழ்ந்த படமான **பரியேறும் பெருமாள்** (2018) இயக்குநரும் திறமையாக எந்த ஒரு சாதியையும் சுட்டிக்காட்டாமல், ஆனால் சில குறியீடுகள் மூலம் இந்தப் பிரச்னையை அலசுகின்றார். 'எங்கள் மனம் புண்படுத்தப்படுகின்றது' என்று யாரும் அப்படத்தை எதிர்க்க முடியாது. கதைசொல்லும் முறையில் பேசுபொருளின் தீவிரமும் குலையவில்லை.

நம் நாட்டில் சினிமாவை மேம்படுத்துவது தணிக்கையின் ஒரு குறிக்கோளாக அறிவிக்கப்பட்டிருந்தாலும், *(promoting excellence in cinema)* அந்த வாரியத்தில் இடம்பெறும் பெரும்பாலானோருக்குச் சினிமாவைப்பற்றி ஒரு பரிச்சயமும் இருப்பதில்லை. பாலியல்ரீதியான தணிக்கை எனும் ஒற்றைக்கண் பார்வையில் இயங்குகின்றார்கள். தனித்தனிக் காட்சிப்படிமங்களை மட்டுமே கவனித்தால் போதாது. படத்தின் தாக்கம் என்ன என்பது கவனிக்கப்பட வேண்டும். படத்தின் மையக்கருத்தை இனம்காண வேண்டும். அதை விட்டுவிட்டுப் பாலியல் ஒழுக்கரீதியான தணிக்கையை நடைமுறையாக்கி, வன்முறையையும் ரத்தக்களரிக் காட்சிகளையும் அவர்கள் கண்டுகொள்வதில்லை. அதிலும் தமிழ் சினிமாவின் ஒரு பாரம்பரியப் பாங்கான பெண்களை இழிவுபடுத்தும் காட்சிகள், பாலியல் வன்முறை இவற்றின் தாக்கத்தைத் தணிக்கைக் குழுவினர் உணர்வதில்லை. அறுபதுகளில் வெளியான ஒரு தமிழ்ப் படத்தின் நாளிதழ் விளம்பரத்தில் "ஆறு பாடல்கள், நான்கு சண்டைகள்,

மூன்று கற்பழிப்புக் காட்சிகள்" என்று படித்தது நினைவில் இருக்கின்றது. அண்மைக்காலம் வரை தமிழ் சினிமாவில் மனைவியை அல்லது காதலியை அடிப்பது சாதாரணமாய் வந்த காட்சி. **உயர்ந்த மனிதன்** *(1968)* படத்தில் கதாநாயகனிடம் "ஏன் அலுவலகத்திலிருந்து இவ்வளவு தாமதமாக வருகின்றீர்கள்" என்று கேட்கும் மனைவியை அவன் ஓங்கி அறைகின்றான். **சம்சாரம் அது மின்சாரம்** *(1980)* படத்திலும் இரு மருமகள்களும் தமது கணவன்மார்களால் தாக்கப்படுகின்றார்கள். அவ்வாறு தாக்குவதை நியாயப்படுத்தியே காட்சிகள் அமைந்துள்ளன. மனைவி இப்படி அடிவாங்குவது முறையானதுதான் என்று கதை போகும். பல படங்கள் பெண்ணடிமைத் தனத்தைப் போற்றுவதாக அமைந்திருந்தன. பார்வையாளர்களும் எந்தப் பிரச்னையும் இன்றி இந்த நிலைப்பாட்டை ஏற்றுக்கொண்டனர். இணங்காத இளம் மனைவியிடம் பலாத்காரமாக உறவுகொள்ளும் கணவனைப் பற்றிய **என் ராசாவின் மனசிலே** *(1992)* படம் ஒரு பிரச்னையும் எதிர்கொள்ளவில்லை. எந்த விமர்சகரும் இதைச் சுட்டிக்காட்டவுமில்லை. தனித்தனிக் காட்சிப் பிம்பங்களைக் கவனித்து, படத்தின் சாராம்சத்தைக் கோட்டைவிட்டதற்கு நம் சினிமா வரலாற்றில் எடுத்துக்காட்டுகள் பல உண்டு. நான் பார்த்த தமிழ்ப்படங்களில் பெண்களை இம்மிகூட இழிவு படுத்தாமல், பெண்ணுடல் காட்டலில்லாமல் எடுக்கப்பட்ட ஒருபடம் ராதாமோகனின் **மொழி** *(2007)*. இந்த ஆண்டு வந்த ***96*** படமும் அப்படி ஒரு படைப்புத்தான்.

சினிமா எனும் இந்தக் காண்பியல் ஊடகத்தைப்பற்றிய அறிவின் அடிப்படையில்தான் தணிக்கை விதிகளையும் புரிந்து கொள்ள வேண்டும். சினிமாவைப் பார்ப்பதற்கோ, அது சார்ந்த முடிவுகள் எடுப்பதற்கோ, அதுபற்றி எழுதுவதற்கோ அந்த ஊடகத்தைப் பற்றிய ஒரு புரிதல் ஏதும் தேவையில்லை என்பது நம் பொதுப்புத்தியில் உறைந்துபோன ஒரு கருத்தாக்கம். சினிமாவிற்குரிய நியாயங்கள், பண்புகள் பற்றிய பரிச்சயம் படித்துப் பட்டம் பெற்றவர்களிடம்கூடக் காண்பது அரிதாக இருக்கின்றது. நான் திரையில் பார்க்கிறேனே, புரிகிறதே என்பதுதான் இவர்கள் வாதம். ஆட்டபாட்டம் நிறைந்த, கேளிக்கைப் படங்களையே பார்த்துப்பார்த்து இதுதான் சினிமா என்ற கருத்து நம்முள் வேரூன்றிவிட்டது. சினிமாவின் சாத்தியக்கூறுகள் பற்றியோ நியதிகள் பற்றியோ தெரிந்துகொள்ள நாம் எந்த முயற்சியும் எடுப்பதில்லை.

அவ்வப்போது பரிசீலனைக் குழுக்குள் அமைத்து இந்தத் தணிக்கை முறை பற்றி அலச அரசு முனைகின்றது. ஆனால்

அவர்களது எந்தப் பரிந்துரையும் நடைமுறைக்கு வருவதில்லை. இந்தக் குழுக்களும் படத்தின் சாராம்சம் பற்றியோ, சினிமா பற்றியோ அக்கறை காட்டியதில்லை. ஆனால், 1968இல் நீதிபதி ஜி.டி. கோஸ்லா (காந்திஜி கொலை வழக்கை விசாரித்தவர்) தலைமையில் ஏற்படுத்தப்பட்ட பரிசீலனைக்குழு வேறுபட்டிருந்தது. தணிக்கை விதிகளை அது கடுமையாக விமர்சித்தது. "இவ்விதிகளைத் தீவிரமாகக் கடைப்பிடித்தால் ஒரு இந்தியப் படத்திற்கும்கூடச் சான்றிதழ் தர இயலாது" என்றது.

சினிமா தணிக்கை முறை ஆக்கபூர்வமாக இயங்க வேண்டுமென்றால், அதைச் சார்ந்தவர்களுக்கு, தலைவர் உட்பட, சினிமா எனும் ஊடகத்தின் இயல்புகளுடன் ஒரு பரிச்சயம் இருக்க வேண்டும். வெறும் எதிர்மறை அணுகுமுறையாக இருக்க வேண்டியதில்லை.

●

சொல்லடைவு

அச்சுக்கலாச்சாரம், 15, 99

அடுக்குமொழி உரையாடல், 55, 98

அருண் மோ, 7, 125

ஆனந்தா குமாரசாமி, 34

இசை நாடகம், 17

இசை வேளாளார் காண்க தேவதாசி, 13–18, 20–28

உயிர்மை, இதழ், 125

உடுமலை நாராயண கவி, 115, 116

எம்.ஜி.ஆர்., 53, 54, 68, 95, 116

எல்லிஸ் ஆர் டங்கன், இயக்குநர், 22, 24, 42, 62, 81

ஐசன்ஸ்டீன், சினிமா மேதை, 67, 116

ஒளியெறிதல் (projection), 30

ஒற்றைவாடை நாடக அரங்கம், 14

கதரின் வெற்றி நாடகம், 19

கம்பெனி நாடகங்கள், 12, 15, 17, 20, 25, 104

கமலவேணி டி.கே., நடிகை, 14

காட்சிப்பிழை, இதழ், 125

காந்தி, மகாத்மா, 17, 19, 71, 81, 94, 115

காமராஜர், 53, 83, 95

கிராமபோன், 17–18, 50

கிருஷ்ணமுர்த்தி கு.சா., 23

கிருஷ்ணன் என்.எஸ்., 53

குமுதினி டி.வி., நடிகை, 44

குறுவட்டு, 35, 36, 38, 39

கையால் சுழற்றல் (hand cranaking), 30, 47

கோபாலகிருஷ்ணன் கே.எஸ்., 57, 93

சகஸ்ரநாமன் எஸ்.வி., 57

சத்யஜித் ரே, 107, 106, 111
சத்தியமூர்த்தி, 61, 93, 95
சதிர் அல்லது தாசியாட்டம், 16
சதீஷ் பகதூர், பேராசிரியர், 92
சந்தானலட்சுமி எம்.ஆர்., 14, 22, 62
சந்திர பாபு, 25, 87
சபா நாடகங்கள், 57, 82
சாமிக்கண்ணு வின்செண்ட் 48, 110
சாயி சுப்புலட்சுமி, 11, 26
சாரதாம்பாள் கே.ஆர்., 22
சார்லஸ் ரையர்சன் பேராசிரியர், 90
சார்லி சாப்ளின், 44, 48
சிவாஜி கணேசன், 54, 56, 59, 76, 93, 95, 96
சின்ன மேளம், 16
சினிமா ஆய்வு, 92, 99, 100
சுத்தானந்த பாரதி, 73
சுந்தரிபாய், 44
சுந்தராம்பாள் கே.பி., 52, 82, 92, 94, 95
சுந்தர ராமசாமி, 102
சுப்புலட்சுமி எம்.எஸ்., 22, 23
சுப்ரமணியம் கே, இயக்குநர், 23, 73, 110
செக்காரக்குடி கந்தசாமி பிள்ளை, 44
செல்லம் செட்டியார், படங்காட்டி, 48
சேகர் எஸ்.வி., 57
சைகல், குண்டன்லால், 43
சொர்ணவேல், இயக்குநர், 65, 66, 67, 69
சோ ராமசாமி, 57
சோழர்கால ஓவியங்கள், 16
டுபான், படங்காட்டி, 48
தண்டாயுதபாணி பிள்ளை கே.என்., நட்டுவனார், 13, 22, 25, 26
தளிச்சேரி பெண்டுகள், 16
தர்ம அரூப் சிவராம், 102
தனலட்சுமி எஸ்.பி.எல், 23

தியாகராஜ பாகவதர் எம்.கே., 42, 62, 83
திரை, இதழ், 125
தீண்டாமை, 110
தேவதாசி ஒழிப்புச்சட்டம், 13, 17, 25
நவாப் ராஜமாணிக்கம், 24, 57
நாகராஜன் ஏ.பி., 57, 93, 96
நாடகமேடை சட்டம் 1876, 18
நாயர் பி.கே., 103, 92
நிமாய் கோஷ், 93, 113, 122
நிழற்பெட்டி இதழ், (படப் பெட்டி), 125
நினைவேக்கம் (nostalgia), 40, 41, 42,
நேரு, ஜவஹர்லால், 76
பக்கவாத்தியக்காரர்கள், 13, 15
படச்சுருள் இதழ், 34, 125
பட்டுக்கோட்டை கல்யாணசுந்தரம், 93, 96, 116
பதாமி, சர்வோத்தம், இயக்குநர், 22
பம்மல் சம்பந்த முதலியார், 22, 28, 61
பாணிக்கிரகி, ரகுநாத், பாடகர், 45
பாரதிராஜா, 58, 113
பாரதி, கவி, 81
பாலசந்தர் கே., 57, 59
பாலாமணி, நடிகை, 14
பாலாஜி சக்திவேல், 60
பாலு மகேந்திரா, 68, 113
பானுமதி பி., 46
பிரகாசா. ரகுபதி, 31
பூக்குட்டி, ரசூல், 38
பெரிய மேளம், 16
பெரியார், ஈ.வெ.ரா., 17, 53, 82, 95
பெருமாள் முருகன், 123
பொட்டு கட்டுதல், 16
மணிரத்தினம், 58
மகேந்திரன், 58, 105, 113

மராத்தி நாடக கம்பெனி, 20, 72
மருதமுத்து மூப்பனார், 30
மிக அண்மைக்காட்சிகள், 37
முத்துசாமி பிள்ளை வி.ஏ. நட்டுவனார், 25
முத்துலட்சுமி ரெட்டி, 17
மௌலி, 57
மேடை நாடகங்கள், 14, 18, 20, 57, 75, 111
ரங்காச்சாரி, 11
ரசிகர் மன்றம், 54, 55, 56, 59, 84, 96, 101
ரஜனிகாந்த், 55, 59
ராமாமிர்தத்தம்மாள் மூவலூர், 17
ராஜகுமாரி டி.ஆர்., 19, 23, 25
ராஜலட்சுமி டி.பி., 94
ராஜேந்திரன் எஸ்.எஸ்., 87
ரெட்டி எச்.எம்., 72
விசு, 57
விளிம்புநிலை மக்கள், 60, 91, 117
விஜய்சேதுபதி, 55
விஜயலட்சுமி, ஆய்வாளர், 84
வெங்கையா, 31, 47, 48
வேம்பார் மணிவண்ணன், 44
வைஜயந்திமாலா, 26
ஜமாலன், எழுத்தாளர், 125
ஜாலியன்வாலா பாக், 18, 51, 93
ஜீவரத்தினம், யூ.ஆர்., 45
ஜீவானந்தம் ப., 93
ஜெயகாந்தன், 93, 102, 104, 105, 113, 122
ஜெயமோகன், 103
ஜெயராமன் சி.எஸ்., 24
ஸ்ரீனிவாசன் எம்.பி., 93
ஷண்முகவடிவு, 18
ஷேக்ஸ்பியர் நாடகங்கள், 61, 62

சொல்லடைவு: திரைப்படங்கள்

அக்கிரகாரத்தில் ஒரு கழுதை, 54, 96, 107, 120

அந்த நாள், 73

அந்தமான் கைதி, 24

அம்பிகாபதி, 14, 42, 62, 92

அரங்கேற்றம், 57, 110

அரசிளங்குமரி, 116

ஆரோக்‌ஷன் (இந்தி), 119

அவள் அப்படித்தான், 38

அவள் யார்?, 45

அவன் அமரன், 54, 83, 93, 96, 111

அழகர்சாமியின் குதிரை, 60, 113

அழியாத கோலங்கள், 58

அறிவாளி, 64

ஆட்டோகிராஃப், 58

1000 தலைவாங்கி அபூர்வ சிந்தாமணி, 43, 44, 118

இருவர், 59, 65, 70, 71

உதிரிப்பூக்கள், 58, 88, 105, 108

உயிரே, 58

உன்னைப்போல் ஒருவன், 105, 113, 114

ஊருக்கு நூறுபேர், 68

எதிர்பாராதது, 44

ஏழாவது மனிதன், 93
ஏழை படும் பாடு, 73
ஒருத்தி, 58, 71, 73
ஒரே ஒரு கிராமத்திலே, 120
ஒளவையார், 75, 104
கச்சதேவயானி, 23
கப்பலோட்டிய தமிழன், 75, 76
கல்யாணப்பரிசு, 119
கலவரிஷி, 21
கன்னத்தில் முத்தமிட்டால், 36, 37, 58
கன்னியின் காதலி, 63
காஞ்சிவரம், 59
காந்தி, 19, 71, 77, 94
காமவல்லி, 104
காலம் மாறிப்போச்சு, 96
காளமேகம், 24
காளிதாஸ், 11, 21, 94, 108
கானல் நீர், 46
கீசகவதம், 11, 29, 48, 108
குணசுந்தரி, 64
குலேபகாவலி, 25
கூண்டுக்கிளி, 25
கோபாலகிருஷ்ணா, 14
சந்திரலேகா, 23, 36, 118
சபாபதி, 25
சம்சாரம் ஒரு மின்சாரம், 119
சாவித்திரி, 22, 54, 64
சித்தூர் ராணி பத்மினி, 78
சிவகங்கை சீமை, 71, 74, 76

சுப்ரமணியபுரம், 59, 113

சூது கவ்வும், 60, 85

சேது, 58

சொர்க்கவாசல், 116

ஞானசௌந்தரி, 90

தசாவதாரம், 77

தண்ணீர் தண்ணீர், 54, 83, 96

தியாகபூமி, 92, 94, 110

தெய்வநீதி, 90

தேசமுன்னேற்றம், 52, 94

தேவதாஸ் (இந்தி), 23

தேவரகசியம், 24

நந்தனார், 110

நல்ல இடத்து சம்பந்தம், 57

நாடோடிமன்னன், 72

நாம் இருவர், 111, 115

நாயகன், 58

நெஞ்சில் ஓர் ஆலயம், 58

பக்த கௌரி, 45

பதேர் பாஞ்சாலி (வங்காளம்), 105, 106, 111

பம்பாய், 12, 50, 120

பரதேசி, 36

பராசக்தி, 55, 63, 73, 96, 98

பாசமலர், 56

பாதை தெரியுது பார், 93

பாரத் கா ஏக் கோஜ் (இந்தி), 76

பார்த்திபன் கனவு, 70, 74

பாரதி, 77

பார்வதி கல்யாணம், 23

பிரகலாதா, 18, 22
பேசாமொழி (குறும்படம்), 30
போஜன், 24
மங்கையர் திலகம், 40
மதராசபட்டினம், 77
மந்திரிகுமாரி, 98
மர்மவீரன், 26
மலைக்கள்ளன், 21, 26
மறுபக்கம், 59
மனிதன், 100, 108
மனோகரா, 61, 63, 98
மாத்ருபூமி, 51, 52, 94
மார்த்தாண்டவர்மன், 49
மானஸம்ரக்ஷணம், 73
மாயாபசார், 40, 41
மீரா, 22, 81
முகலே ஆசம் (இந்தி), 70
மூன்று பெண்கள், 31
யாருக்காக அழுதான், 113, 122
ரத்தகண்ணீர், 24, 26, 118
இரத்தத்திலகம், 64
ராஜ முக்தி, 104
ராதாகல்யாணம், 22
ராஜபார்ட் ரங்கதுரை, 64
ராஜராஜசோழன், 74
ராஜா தேசிங்கு, 70, 78
ராஜாராணி, 95, 98, 118
ரோஜா, 58
லகான் (இந்தி), 77

வழக்கு எண் 18/9, 60, 113, 114
வள்ளிதிருமணம், 48
16 வயதினிலே, 58
விருமாண்டி, 120
விஜயபுரி வீரன், 40
வீரபாண்டிய கட்டபொம்மன், 71, 74
வேலைக்காரி, 97, 98, 111
ஸ்ரீ ஆண்டாள், 24
ஸ்ரீ கிருஷ்ணலீலா, 24
ஷத்ரஞ் கே கிலாடி (இந்தி), 70
ஷைலக், 63
ஹரிதாஸ், 23
ஹே ராம், 77
African Queen, 44
An American in Madras, 42, 62
Bicycle Thiefs, 111,
Kid, 44
Lunch Box, 38,
Life of Pi, 122,
Schindler's List, 70,
The Pianist, 72
Train to Pakistan, 72
Moplah Rebellion, 34

இந்நூலிற்கு சில படங்களை தந்த ஞானத்திற்கு நன்றி.